AA000687

'ही रहस्यमालिका, हा एक निखळ आनंददायी अनुभव आहे.'

-ॲटलांटा जर्नल व कॉन्स्टिट्यूशन

'जमिनीत पुरलेल्या धनाचा अचानक शोध लागावा, तसा चकित करणारा आनंद बीटनच्या वाचकांना मिळतो... रहस्यमय कथालेखनावर प्रभुत्व मिळवलेल्या निष्णात लेखिकेची उत्कृष्ट कादंबरी.'

-बुकलिस्ट (स्टार्‌ड रिव्ह्यू)

मॅक्बेथच्या लोभस व्यक्तिमत्त्वाने दर वेळी तुम्ही अधिकाधिक मोहून जाता.. प्रत्येक कादंबरी अतिशय गमतीशीर, भोळसट व एखाद्या कुरकुरीत केकसारखी हलकीफुलकी. या रहस्यमालिकेतील एकही पुस्तक मी चुकवू शकणार नाही.''

-ख्रिस्तीयन सायन्स मॉनिटर

अत्युत्तम करमणूक. दर्जेदार माल्ट व्हिस्कीसारखी जिभेवर दीर्घ काळ रेंगाळणारी अवीट चवीची व व्हिस्कीसारखीच व्यसन लावणारी.''

- हॉस्टन क्रोनिकल

''विनोदी शैलीत कडवट सत्य सांगणाऱ्या अत्यंत धक्कादायक रहस्यमय कादंबऱ्या लिहिण्यात एम. सी. बीटनचा हातखंडा आहे. तिच्या कादंबऱ्यांना अमेरिकेत एक कट्टर, निष्ठावंत वाचक वर्ग लाभला आहे.''

- दि टाइम्स मॅगेझिन (लंडन)

''भुरळ पाडणारी; पण तितकीच भडकवणारी, हॉमिशची सर्वोत्तम कामगिरी.

-कर्केस रिव्ह्यूज

मंत्रमुग्ध करणारी, गूढ कादंबऱ्यांची मालिका... एम. सी. बिटनने खेडेगावातील प्रच्छन्न रहस्यमतेची हळुवार उकल करणारे प्रभावी व प्रवाही कथानक सादर केले आहे.

- मेरेलिन स्टॅसिओ, न्यू यॉर्क टाइम्स बुक रिव्ह्यू

सुखद अनुभव देणारी....खिळवून ठेवणारी.... या कादंबरीतील इन्स्पेक्टर, गाव व तेथे राहणारी माणसं इतकी जिवंत व खरीखुरी वाटतात, की शेरलॉक होम्सच्या पात्रांना जिवंत व्यक्ती समजणाऱ्या वाचकांप्रमाणेच, त्यांना भेटण्याच्या ओढीने पर्यटक आता लवकरच लॉचढभला जाऊ लागतील.''

- रॉकी माऊंटन न्यूज

अतिशय प्रामाणिक, प्रेमळ व चकित करणारे अनुभव देत, हॅमिश आपल्या यशाचं सर्वांनाच तृप्त समाधान मिळवून देतो.

-पब्लिशर्स विकली

''मॅक्बेथ हे पात्र नकळत तुमच्या मनात प्रवेश करतं. बाह्यतः साधाभोळा दिसणारा हा इसम, वायफळ व निरर्थक तपशील सहज बाजूला सारत मुख्य गोष्टीकडे जाण्यात तरबेज आहे हे जसजसं तुमच्या लक्षात येतं, तसतसे तुम्ही त्याच्या प्रेमात पडत जाता.

- शिकागो सन-टाइम्स

'एम.सी. बीटनच्या इन्स्पेक्टर हॅमिश मॅक्बेथला तुम्ही एक ते दहा या पट्टीत बसवूच शकत नाही. दहापेक्षा अधिक गुणांची त्याची योग्यता आहे.'

-बफेलो न्यूज

'बीटनने निवडलेल्या लॉचढभच्या प्रेक्षणीय पार्श्वभूमीइतकेच तिचे कथानक व पात्रांची निवडही प्रभावशाली आहे.'

- डेस मॉईन्स संडे रजिस्टर (आयए)

''रटाळ जीवनापासून सुटका हवी आहे? एखादी दंतकथा प्रत्यक्ष साकार व्हावीशी वाटते....चला तर मग लॉचढभला. स्कॉटलंडच्या पहाडी मुलखातील सुस्त पण सृष्टिसौंदर्याने नटलेल्या नयनरम्य गावामध्ये, इन्स्पेक्टर हॅमिश मॅक्बेथ व त्याच्या विक्षिप्त शेजाऱ्यांच्या मध्यवर्ती पात्रांवर एम. सी. बीटन तिच्या चकवणाऱ्या व गुंगवून टाकणाऱ्या रहस्यकथा रचत असते.''

- द न्यू यॉर्क टाइम्स बुक रिव्ह्यू

डेथ ऑफ अ गॉसिप

हॅमिश मॅक्बेथच्या चित्तवेधक रहस्यकथा

लेखक
एम. सी. बीटन

अनुवाद
दीपक कुळकर्णी

मेहता पब्लिशिंग हाऊस

All rights reserved. No part of this publication may be reproduced, stored in a retrieval system or transmitted, in any form or by any means, without the prior written consent of the Publisher and the licence holder. Please contact us at

Mehta Publishing House, 1941, Madiwale Colony, Sadashiv Peth, Pune 411030.
Email : production@mehtapublishinghouse.com
author@mehtapublishinghouse.com
Website : www.mehtapublishinghouse.com

◆ *या पुस्तकातील लेखकाची मते, घटना, वर्णने ही त्या लेखकाची असून याच्याशी प्रकाशक सहमत असतीलच असे नाही.*

DEATH OF A GOSSIP by M. C. BEATON

Copyright © 1985 by M. C. Beaton

Translated into Marathi Language by Deepak Kulkarni

डेथ ऑफ अ गॉसिप / अनुवादित कादंबरी

अनुवाद : दीपक कुळकर्णी

मराठी अनुवादाचे व प्रकाशनाचे हक्क मेहता पब्लिशिंग हाऊस, पुणे.

प्रकाशक : सुनील अनिल मेहता, मेहता पब्लिशिंग हाऊस,
१९४१, सदाशिव पेठ, माडीवाले कॉलनी, पुणे ४११०३०.

मुखपृष्ठ : फाल्गुन ग्राफिक्स

प्रथमावृत्ती : नोव्हेंबर, २०१७

P Book ISBN 9789386888341

फ्लिट स्ट्रीटच्या अविस्मरणीय आठवणींसाठी-
माझी जिवलग मैत्रीण,
रिटा मार्शलला, प्रेमपूर्वक.

पात्रपरिचय

जॉन कार्टराइट	:	मालक, लॉकडू मासेमारी प्रशिक्षण संस्था : विशेष आकर्षण – सामन व ट्रॉट मासे.
हेदर कार्टराइट	:	त्याची पत्नी व संस्थेची सहनिर्माती
मार्विन रॉथ	:	अमेरिकन व्यापारी, उदयोन्मुख राजकारणी
एमी रॉथ	:	त्याची पत्नी
लेडी जेन विंटर्स	:	विधवा स्त्री, पत्रकार
जेरेमी ब्लिथ	:	बॅरिस्टर, लंडन
एलिस विल्सन	:	सेक्रेटरी, लंडन
चार्ली बॅक्स्टर	:	मँचेस्टर येथे राहणारा, बारा वर्षांचा मुलगा
मेजर पीटर फ्रेम	:	निवृत्त लष्करी अधिकारी, मासे पकडण्यात निष्णात
डॅफने गोर	:	ऑक्सफर्डची रहिवासी, प्रशिक्षण वर्गात प्रथमच दाखल
हॅमिश मॅक्बेथ	:	गावचा पोलीस इन्स्पेक्टर
प्रिसिला हालर्बटन-स्मिथ	:	स्थानिक जमीनदाराची मुलगी
डिटेक्टिव्ह चीफ इन्स्पेक्टर ब्लेअर	:	स्ट्रॅथबेन, गुन्हा अन्वेषण विभाग प्रमुख
डिटेक्टिव्ह जिमी अँडरसन व डिटेक्टिव्ह हॅरी मॅक्नॅब	:	ब्लेअरचे मदतनीस
जॉन हॅरिंग्टन	:	प्रिसिला हालबर्टन-स्मिथचा भावी पती
कर्नल व मिसेस हालबर्टन-स्मिथ	:	प्रिसिलाचे आईवडील
मिस्टर जॉन्सन	:	हॉटेल मॅनेजर
अँगस मॅक्ग्रेगर	:	भुरटा चोर

रानामध्ये माझ्याजवळ बसून शांततेचा भंग करत,
तू म्हणालीस : ''किती सुरेख दृश्य आहे हे.''
तू म्हणालीस : ''एकटं असणं किती सुंदर असतं ना.''
आणि : ''दिवस किती छान चाललेत,'' तू पुढे म्हणालीस.
देवाशपथ सांगतो- वाटलं, त्याआधीच तू मरण का पावली नाहीस.
—रुपर्ट ब्रूक

दिवस पहिला

गळ टाकून बसणे : अनंत अपेक्षा आणि अपार निराशा

- ऑर्थर यंग

''आठवड्याच्या या पहिल्या दिवसाचा मला अगदी उबग येतो,'' जॉन कार्टराइट कुरकुरत म्हणाला. ''नवीन लोकांना बरोबर घेऊन पुन्हा एकदा नव्याने सुरुवात करायची. मी जणू रंगमंचावर उभा आहे असे मला वाटत राहतं. समोरचे चेहरे न्याहाळताना मला अपराधी वाटू लागतं. वाटतं की, एक इंग्लिश माणूस असल्याबद्दल आधी मी सर्वांची माफी मागायला हवी. स्कॉटलंडच्या कानाकोपऱ्यातून माणसं आलेली असतात व येताना काही आगळ्याच अपेक्षा घेऊन येतात. त्यांना हवा असतो, एखादा रॉब रॉयसारखा हरहुन्नरी कलाकार. लांब केसांचा, चावट विनोद करून गुदगुल्या करणारा, कविमनाचा, 'आजच्या या नितांतरम्य चांदण्या रात्री...' वगैरे बडबड करणारा.''

''तू आधी तुझी बडबड थांबव,'' त्याची पत्नी, हेदर त्याला लहान मुलासारखं समजावत म्हणाली. ''उगीच टेन्शन घेतोस तू. सारं काही अगदी सुरळीत पार पडतं हा आपला नेहमीचा अनुभव आहे. गेली तीन वर्षे आपण ही शाळा चालवतोय. मासे पकडण्याचं इतकं तंत्रशुद्ध शिक्षण दुसरीकडे कुठेही मिळत नसेल. आजपर्यंत एकही माणूस असंतुष्ट मनाने परत गेलेला नाहीये.''

तिने आपल्या नवऱ्याकडे कौतुकाने पाहिलं. जॉन कार्टराइट हा दिसायला तसा लहान चणीचा, सडपातळ, काटक; पण एक चिंतातुर जंतू होता. त्याचे केस कुरळे व राठ होते. त्याचे टपोरे निळे डोळे मात्र काहीसे निस्तेज दिसत असत. हेदर ही त्याच्या लॉकडूमधल्या शाळेची पहिली विद्यार्थिनी होती. जॉन कार्टराइटची ती प्रसिद्ध शाळा 'लॉकडू मासेमारी प्रशिक्षण संस्था'.

हेदरच्या नितळ सावळ्या देहयष्टीवर तो प्रथमदर्शनीच भाळला होता आणि लग्नानंतर तर त्या कमनीय देहाने त्याला अपरंपार सुखंच सुख मिळवून दिलं होतं.

मासे पकडण्यात हेदर जॉनपेक्षाही अधिक तरबेज होती, पण जॉन दुखावला जाऊ नये म्हणून एखाद्या प्रेमळ मातेप्रमाणे तिने आपली ही कला मोठ्या खुबीने स्वत:पाशीच दडवून ठेवली होती. दोघांचे स्वभाव अगदी विरुद्ध टोकाचे असले तरी दोघांनाही त्यांच्या व्यवसायाने पुरतं झपाटून टाकलं होतं. दोघांनीही त्यात सर्वस्व ओतलं होतं.

मासेमारी हा त्यांचा छंद होता, धंदा होता व तेच त्यांचं एकमेव वेड होतं. उन्हाळा सुरू झाला की, त्यांच्या लॉकडूमधल्या हॉटेलात दर आठवड्याला एक नवा वर्ग भरत असे. वर्गात फक्त नवशिक्यांचाच भरणा नसे. काही अनुभवी मासेमारही आवर्जून वर्गाला येत. कमी पैशात उत्तम जलाशयामध्ये मासे पकडण्याचा आनंद लुटायला मिळणे हेही त्यामागचे एक कारण होते. जॉन या अनुभवी माणसांची काळजी घेत असे, तर हेदर ही नवशिक्यांची आई होऊन जात असे.

वर्गामध्ये फक्त दहाच विद्यार्थी असत. या खेपेस तर अगदी शेवटच्या क्षणी दोन नावे रद्द झाली होती. त्यामुळे आठच जण असणार होते.

''आता जरा इकडे लक्ष दे,'' जॉन पुन्हा कुरबुरत म्हणाला. त्याच्या हातात एक कागद होता. ''काल रात्रीच सर्व मंडळी हॉटेलात येऊन दाखल झालीयेत. एक अमेरिकन जोडपं आहे. मिस्टर व मिसेस रॉथ. ते न्यू यॉर्कहून आलेत. त्यानंतर लेडी विंटर्स. ही विधवा आहे. तिचा नवरा मजूर पक्षाचा बडा नेता होता. मग, लंडनमध्ये राहणारा जेरेमी ब्लिथ. एलीस विल्सन हीसुद्धा लंडनचीच आहे. बारा वर्षांचा चार्ली बॅक्स्टर, मँचेस्टरहून आलाय. पण तो हॉटेलमध्ये राहत नाही. गावात त्याची मावशी राहते. तो तिच्याकडे उतरलाय. नंतर मेजर पीटर फ्रेम. नाव आठवतंय? हा तुडतुड्या मेजर यापूर्वीही एकदा आपल्याकडे येऊन गेलाय. तुला सांगतो, ह्या लष्करातल्या माणसांना, अंगावर चढवलेला बिल्ला स्वत:च्या मनातूनदेखील उतरवता येत नाही. ते सामान्य लोकांत पुन्हा कधीच मिसळू शकत नाहीत. बरं, ते जाऊ देत. ही शेवटची, डॅफने गोर. ती ऑक्सफर्डला राहते. हे बघ, मी त्या मेजरला काही फार वेळ वर्गात बसवणार नाही. त्याला नदीवर पाठवून देतो, तू त्या लहान मुलाची काळजी घे.''

बोलता-बोलता जॉन कार्टराइटची नजर खिडकीबाहेर गेली आणि तो चरफडलाच. ''ते पाहा, आपल्या गावातले फुकटचंद इन्स्पेक्टर अगदी रमतगमत हॉटेलात शिरताहेत. हा माणूस ना, न सांगता, न चुकता नेमका तडमडतो. आत्ताच मी आठ कॉफींची ऑर्डर देऊन आलो होतो. पण आता ह्या हॅमिशला जर कॉफी पाजली

नाही, तर तो कुत्र्यासारखा इथून ढिम्म हलणार नाही. जरा फोन करून आणखी एका कॉफीची ऑर्डर दे.

''एखाद्या लफडेबाज खुनाची चमचमीत बातमी मिळतेय का, यासाठी त्याचे कान सदैव टवकारलेले असतात. तू त्याला इतरांपासून जरा दूरच ठेव. सबंध दिवस गावभर भटकत राहायचं आणि कुणाच्या पायाखाली काय जळतंय याचा वास घेत राहायचा, एवढंच ह्याचं काम! अरे हो, तुला सांगायचंच राहिलं. जिम्मी रखवालदार मला सांगत होता की, हॅमिश मॅक्बेथ चोरून मासे पकडतो व दुसऱ्या गावात नेऊन विकतो.''

''छे, मला नाही पटत.'' हेदर म्हणाली, ''तो एक नंबरचा आळशी आहे. खरं म्हणजे त्यानं आता लग्न करायला हवं. एके काळी गावातल्या सर्व मुलींनी त्याच्यासाठी जीव ओवाळून टाकला होता. आता मात्र त्याच्या चेहऱ्यावर वय अगदी स्पष्ट दिसायला लागलंय.''

ती खिडकीपाशी आली तसा जॉनने तिच्या गुबगुबीत खांद्यावर हात ठेवला. लॉकडू गावचा इन्स्पेक्टर हॅमिश, हॉटेलबाहेर टाकलेल्या लाकडी फळ्यांवरून चालत अगदी सावकाश आत येत होता. त्याने डोक्यावरची हॅट मागे सरकवली होती व दोन्ही हात पँटच्या खिशात खुपसले होते. तो उंच, सडपातळ होता, पण अलीकडे काहीसा बेढब दिसू लागला होता. त्याने घातलेला गणवेश हा त्याच्या लांबुडक्या शरीरावर टांगून ठेवल्यासारखा दिसत होता. शर्टाच्या आखूड बाह्यांमुळे मनगटाची हाडं उघडी पडली होती. हॅट काढून त्याने आपले पिंजारलेले लाल केस कराकरा खाजवले. मग जाकिटात उजवा हात घालून, डावा खांदा खाजवायला सुरुवात केली.

खिडकीच्या खाली पसरलेल्या हॉटेलच्या हिरवळीवरून अचानक गरम कॉफीचा सुवास दरवळू लागला. त्या वासाने इन्स्पेक्टरच्या नाकपुड्या नक्कीच हुळहुळल्या असणार. तो आतमध्ये चक्क झेपावलाच.

लॉकडू हॉटेल हे ड्यूक ऑफ ॲन्स्टे ह्याने गेल्या शतकात बांधले होते. त्याच्या अनेक निवासस्थानांपैकी ती एक आलिशान वास्तू होती. हॉटेल म्हणजे जणू एक भरभक्कम किल्लाच होता. भिंतीच्या वरच्या भागात, प्रसंगी गोळीबार करण्यासाठी छोटी भोके पाडण्यात आली होती. तोफगोळे डागण्याचीही सोय केलेली होती. हॉटेलच्या प्रवेशद्वारावर काळविटाचे मुंडके लटकवलेले होते, तर हॉलमध्ये अनेक शस्त्रास्त्रे मांडून ठेवलेली होती. भोजन व्यवस्थेसाठी स्कॉटलंडमधले उत्तमोत्तम आचारी नेमले हाते. हॉटेलचे दर जरी महागडे वाटणारे असले तरी तिथे पर्यटकांची मात्र अखंड रीघ लागलेली असे. याचे एक कारण हे होते की, गावातला मुख्य रस्ता हॉटेलपाशीच येऊन संपत होता. शिवाय भोवताली वेढलेल्या डोंगरातून

व आजूबाजूला पसरलेल्या ओसाड माळरानामधून भटकत येणाऱ्या प्रवाशांना ते हॉटेल दृष्टीस पडताच जणू स्वर्ग दिसल्याचा आनंद होत असे.

दोन मोठ्या टेकड्यांच्या पायथ्याशी लॉकडू गाव वसलेले होते. त्या टेकड्या, 'टू सिस्टर्स' (दोन बहिणी) या नावाने ओळखल्या जायच्या. मासेमारीला उत्तेजन मिळावे यासाठी अठराव्या शतकात त्या पहाडी भागामध्ये अनेक घरे अगदी दाटीवाटीने उभारली गेली. पण त्यानंतर मात्र तिथली लोकवस्ती हळूहळू रोडावत गेली.

आता तिथे एक टपाल कार्यालय वजा धान्याचे दुकान, एक बेकरी, हस्तकला वस्तूंचे विक्रीकेंद्र व चार चर्च होती.

पोलीस स्टेशन हे त्या गावातले अत्याधुनिक बांधकाम होते. जुन्या पोलीस स्टेशनला एखाद्या गलिच्छ झोपडीची कळा आली होती. जॉन कार्टराइटची शाळा सुरू व्हायच्या वर्षभर आधी इन्स्पेक्टर हॅमिश मॅक्बेथची त्या गावात नेमणूक झाली होती. त्याने नक्की काय लटपटी केल्या हे कधीच कुणाला समजले नाही, पण त्याने स्वत:साठी एक प्रशस्त घर, त्याला जोडून पोलीसकचेरी व बाजूला एक लहानशी पोलीस कोठडी अगदी झटपट बांधून टाकली. पूर्वीचा पोलीसअधिकारी सायकलवरून फिरत असे. इन्स्पेक्टर मॅक्बेथने मात्र आपल्या वरिष्ठांकडून नवी कोरी मॉरिस गाडी मिळवली होती. शिवाय त्याने घरामध्ये अनेक कोंबड्या, कदंब पक्षी व टाऊझर नावाचा एक शिकारी कुत्रा पाळला होता.

भौगोलिकदृष्ट्या लॉकडू हे गाव स्कॉटलंडच्या उत्तर-पश्चिम टोकाला होते. हिवाळ्याच्या मोसमात, कडाक्याच्या गारठ्यामुळे गाव जणू पूर्ण निद्रिस्त असल्यासारखे वाटत असे. उन्हाळ्यामध्ये मात्र पर्यटकांच्या आगमनाने ते जिवंत होऊन उठे. पर्यटकांमध्ये इंग्लिश नागरिकांचे प्रमाण सर्वाधिक होते. स्थानिक लोक जरी त्यांचे पहाडी सौजन्याने स्वागत केल्यासारखे दाखवत असले तरी ते मनातून मात्र इंग्लिश माणसांचा कट्टर द्वेष करत असत.

सुरुवातीच्या काळात आपल्या उद्योगातून नफा कमावण्यासाठी, जॉन कार्टराइटला बरेच झगडावे लागले होते. पण हेदरशी लग्न झाल्यानंतर अगदी महिन्याभरातच त्याच्या धंद्याला बरकत येऊ लागली. हेदरने सर्व आर्थिक व्यवहार स्वत:च्या ताब्यात घेतले आणि उच्चभ्रू चकचकीत मासिकांमधून तिने आपल्या क्लासची जाहिरात करण्यास सुरुवात केली. तिने वर्गाची फी तिप्पट करून टाकली. तिचं म्हणणं होतं की, जर लोकांना आपण सर्वोत्तम सेवा देत असू तर तेही जास्त पैसे खर्च करायला सहज तयार होतात. शिवाय इथे तर त्यांना नदीच्या खळाळत्या पात्रात सामन मासे पकडायची दुर्मीळ संधी मिळते. शाळा लोकप्रिय होण्यात हेदरचा फार महत्त्वाचा वाटा होता. राखाडी केसांची थुलथुलीत हेदर ही व्यवहारी असली तरी वात्सल्याची मूर्ती

होती. जॉन कार्टराइटबरोबरचा हा तिचा दुसरा विवाह होता. हेदरच्या नजरेत आपण एवढे कसे काय भरलो याचे जॉनला अनेकदा आश्चर्य वाटत असे. पण एक गोष्ट मात्र निर्विवाद होती की, मासे पकडण्याच्या छंदाइतकेच त्याचे आपल्या पत्नीवरही निस्सीम प्रेम होते. तिच्याशिवाय आपली शाळा मुळीच तगली नसती या विचाराने तो कधीकधी अस्वस्थ होत असे. हेदरचे श्रेष्ठत्व मान्य करणे त्याला अवघड जात होते. कारण मुळात त्याला स्वत:च्या क्षमतेचा व कुशाग्रबुद्धीचा भलताच अभिमान होता व त्याच्या या विश्वासाला हेदरनेही मोठ्या मायेने खतपाणी घातले होते.

आपल्या जाकिटाचे सर्व खिसे चाचपडत त्याने भाषणाच्या मसुद्याचा कागद बाहेर काढला व पुन्हा एकदा त्याच्या पोटात गोळा आला. तो हेदरकडे काकुळतीने पाहू लागला.

"म्हणजे... मला काय वाटतं की... मी एकटाच जाण्यापेक्षा आपण दोघांनी जर एकत्र..."

"हे बघ राजा, आधी तूच तिथे जायला हवंस," हेदर म्हणाली. "गळाला गाठ कशी मारायची या मुद्द्यापाशी जेव्हा तू येशील ना, तेव्हा खालूनच मला मोठ्याने हाक मार. मी लगेच येते. तू एकदा बोलायला सुरुवात केलीस की, तुझ्या मनातली भीती आपोआप पळून जाईल."

जॉनने तिच्या गालावर ओठ टेकवले व तो झरझर जिना उतरू लागला. 'देवा रे, सगळी माणसं उत्साही आणि हसतमुख चेहऱ्यांची असू देत' त्यानं मनातल्या मनात प्रार्थना केली. एक बरे होते की, तो मेजर तरी त्याच्या ओळखीचा होता. पण तो तर पक्का डँबिस होता हे जॉनला ठाऊक होते.

आरामकक्षाचा दरवाजा ढकलत तो आत आला आणि समोर उभ्या असलेल्या आठ जणांकडे पाहून तो अवघडून हसला. हे आठही जण एकमेकांकडे चमत्कारिक नजरेने पाहत होते. ते काही चांगलं लक्षण नव्हतं. नेहमी, तो यायच्या आधीच सर्वांनी एकमेकांशी ओळख करून घेतलेली असायची व त्यांच्या गप्पाही सुरू झालेल्या असायच्या. खिडकीजवळच्या एका खुर्चीत बसून इन्स्पेक्टर हॅमिश मॅक्बेथ वर्तमानपत्रातलं शब्दकोडं सोडवत होता व दातांच्या फटींमधून बारीकशी शीळ घालत होता, ती शीळ अंगावर ओरखडा काढत होती.

जॉनने एक दीर्घ श्वास घेतला. लाइट्स, कॅमेरा, ॲक्शन. त्याने सुरुवात केली.

"मला वाटतं, आपण सर्व जणांनी आधी एकमेकांशी ओळख करून घ्यायला हवी." समोर चिडीचूप बसलेल्या समूहाकडे बघून त्याने पुन्हा अर्धवट हसण्याचा प्रयत्न केला. "माझं नाव, जॉन कार्टराइट आणि मीच तुमचा शिक्षक आहे. प्रत्येकाशी बोलताना आपण त्याला पहिल्या नावाने हाक मारू. त्यामुळे चटकन मैत्री जुळते. कोण सुरुवात करतंय?"

“सुरुवात? कसली सुरुवात?” एका जाडजूड स्त्रीने उद्धटपणे विचारलं.

“हॉ. हॉ. मला म्हणायचं होतं की, स्वत:ची ओळख करून द्यायला कोण सुरुवात करतंय?”

“मी करतो.” एक अमेरिकन आवाज आला. “माझं नाव मार्विन रॉथ आणि ही एमी, माझी पत्नी.”

“मी डॅफने गोर.” पिंगट केसांची एक उंच स्त्री, आपल्या बोटांची नखं निरखत हेल काढून म्हणाली.

“जेरेमी ब्लिथ.” तरुण, भारदस्त व देखणा पुरुष. हसरा चेहरा, कुरळे केस आणि चमकदार निळे डोळे.

“चार्ली बॅक्स्टर.” वय वर्षं बारा. गोबरे गाल, सतेज कांती, डोक्यावर काळ्या कुळकुळीत कुरळ्या केसांचा पुंजका. पण वयाच्या मानाने खटकणारी थंड व शोधक नजर.

“मला तर तू ओळखतोसंच. मेजर पीटर फ्रेम. मला फक्त मेजर म्हणा. इतर सर्व, तसंच म्हणतात.” निमुळता चेहरा, बारीक करडी मिशी, दुमडलेले चिडखोर ओठ आणि अंगावर खास मासे पकडताना वापरायचे नवे कोरे कपडे.

“एलिस विल्सन.” सुंदर, निरोगी तरुणी. लिव्हरपूलचे उच्चार. मात्र कपड्यांची चुकीची निवड.

“मी लेडी जेन विंटर्स. तुम्ही मला लेडी जेन म्हणू शकता. प्रत्येक जण हेच म्हणतो.” गलेलठ्ठ स्त्री. सिल्कच्या ब्लाउजमधून उतू जाणारे भलेमोठे स्तन. जाडजूड मांड्यांचा भार पडल्याने सुजलेले गुडघे व घट्ट पायमोजांमुळे फुगलेले पाय. निळ्या डोळ्यांच्यावर गडद रंगवलेल्या पापण्या. छोटंसं पण धारदार नाक. आकारविहीन ओठ.

“चला, आपल्याला सर्वांची नावं ठाऊक झाली. आपण आता कॉफी पिऊ या.” हळूहळू जॉनच्या आवाजात जान आली.

कॉफीचं नाव निघताच हॅमिशने चुळबुळ केली व तो खुर्चीतच पुढे सरकून बसला.

लेडी जेनने त्याच्या हालचालींकडे तिरस्काराने पाहिले.

“गावचा इन्स्पेक्टर काय इथे मासे पकडायचे धडे घ्यायला आलाय?” तिने रोखठोक प्रश्न विचारला. तिचा आवाज बुलंद व वरच्या पट्टीतला होता. त्या आवाजाला एक खरखरीत धार होती.

“तसं नाही. मिस्टर मॅक्बेथ हा नेहमीच पहिल्या दिवशीच्या कॉफीपानाला हजर असतो.”

“पण त्याचा संबंधंच काय?” लेडी जेन आता हॅमिश आणि कॉफी ठेवलेल्या

टेबलाच्या मधोमध कमरेवर हात ठेऊन उभी होती. तिच्या जाड खांद्यांवरून मान उंचावत, हॅमिश कॉफीच्या भांड्याकडे अधाशीपणे पाहात होता.

“मला म्हणायचंय,” जॉन काहीसा चिडला होता. तिच्या प्रश्नाचं उत्तर हॅमिशनेच स्वत: द्यावं असं खरंतर त्याला वाटत होतं, “की, आपण सर्वच जण कॉफी पिणार आहोत तर –”

“सरकारी नोकरांचे चोचले पुरवावेत यासाठी मी कर भरत नाही,” लेडी जेन ठणकावून म्हणाली. “हे बघ इन्स्पेक्टर, तू तुझ्या कामाला चालायला लाग.”

हॅमिशने एकवार तिच्याकडे अगदी वरपासून खालपर्यंत वेंधळेपणानं पाहिलं व तो तिला वळसा घालून पुढे जाऊ लागला. पण लेडी जेनने त्याचा रस्ता अडवला.

“ऑफिसर, तू नेहमीसारखीच कॉफी घेतोस?” मार्विन रॉथने त्याला विचारलं. रॉथ उंचापुरा, तगडा इसम होता. त्याला टक्कल पडलं होतं. त्याने घातलेला गॉगल चांगलाच महागडा वाटत होता. तो अगदी न्यू यॉर्कर वर्तमानपत्रात प्रसिद्ध होणाऱ्या व्यंगचित्रातल्या श्रीमंत व खानदानी अमेरिकन माणसासारखा दिसत होता.

हॅमिशने पहिल्यांदाच आपलं तोंड उघडलं. “सहसा मी चहा पितो.” तो दमदार पहाडी आवाजात म्हणाला. “पण कॉफी प्यायची संधी मिळाली तर ती मी मुळीच सोडत नाही.”

“अरे, मार्विनला म्हणायचं होतं की, तुला कॉफीमध्ये दूध व साखर लागते का?” जॉन कार्टराइटने त्याला समजावून सांगितले. अमेरिकन बोलीभाषेला आता जॉन चांगलाच सरावला होता.

“हो. हो. थँक यू, सर.” हॅमिश म्हणाला. मार्विनने त्याच्यासाठी कॉफी बनवली. तो जेव्हा कॉफीचा कप लेडी जेनच्या खांद्यावरून हॅमिशला देऊ लागला. तेव्हा तिच्या रागाचा पारा भलताच वर चढला होता. एलिस विल्सनला हसू आवरलं नाही, पण तिने ते कसबसं दाबलं. त्याच वेळी लेडी जेनने खांद्याला असा काही झटका दिला की, कॉफीचा कप हवेत भिरकावला गेला.

खोलीमध्ये विचित्र शांतता पसरली. हॅमिशने जमिनीवर पडलेला कप उचलला व तो लेडी जेनकडे एकटक पाहू लागला. त्याची नजर शांत व स्थिर होती. लेडी जेनने त्याच्याकडे विजयी मुद्रेने पाहिलं.

“अरेरे, कुणीतरी इन्स्पेक्टरला कॉफी आणून द्या.” एमी रॉथ उसासा टाकत म्हणाली. तिचे केस पिंगट होते व तिने आपले शरीर अगदी प्रमाणबद्ध राखलेलं होतं. गाईसारखे मोठे असलेले डोळे, मुलामय वक्ष व टेनिसपटूसारखी मजबूत मनगटे.

“कुणीही देणार नाही,” लेडी जेन गरजली. जॉन कार्टराइटने हातातल्या

कागदांशी उगाचच चाळा केला. तो मनातल्या मनात सुटकेसाठी प्रार्थना करत होता. हा हॅमिश इथून निघून का जात नाही?

लेडी जेन आता हॅमिशकडे पाठ करून, मार्विनकडे रोखून पाहू लागली. तिने त्याला कॉफी ओतण्यापासून नजरेनेच रोखले. झाल्या प्रकाराने एलिस विल्सन कमालीची अस्वस्थ झाली होती. काय हे? इतक्या सुंदर सुट्टीचा सर्वनाश करायला ही स्त्री इथे का कडमडलीय? आधीच इथे यायला केवढेतरी पैसे मोजावे लागलेत. तिला तो खर्च अजिबात परवडलेला नव्हता.

अचानक तिचं लक्ष हॅमिशकडे गेलं आणि तिने एक आवंढाच गिळला. हॅमिशने आपल्या चिमटीत लेडी जेनचा मांसल कुल्ला करकचून पकडला होता.

"तू मला चिमटा काढलास?" लेडी जेन किंचाळली.

"मी? छे छे," हॅमिशने शांतपणे उत्तर दिलं व तिच्यासमोरून पुढे जात, त्याने स्वत:च कॉफी ओतून घेतली. "जंगली किडा असणार. त्याचे दात फार टोकदार असतात."

तो सावकाश आपल्या खुर्चीकडे गेला व मजेत कॉफीचे घुटके घेऊ लागला.

"मी ह्याच्या बॉसलाच पत्र लिहिते. असा सोडणार नाही मी त्याला." लेडी जेन धुसफसत म्हणाली, "माझ्यासाठी कुणी कॉफी ओततंय का?"

"प्रत्येकाने आपलं काम आपण करावं." एमी रॉथ गोड आवाजात म्हणाली.

एकूणच कॉफीपान करताना गप्पा रंगतील ही आशा संपुष्टात आल्याने जॉन कार्टराइटने थेट आपल्या शिकवणीला सुरुवात केली.

नेहमीच्या पद्धतीने त्याने आधी विषयाची तोंडओळख करून दिली. नदीचा प्रवाह कसा आहे, चपळ सामन माशांच्या सवयी, प्रत्येकाने घ्यायची काळजी, काय करावे व काय टाळावे याची थोडक्यात; पण महत्त्वाची माहिती त्याने सर्वांना सांगितली. त्यानंतर त्याने नायलॉनची जाड दोरी ठेवलेली प्लॅस्टिकची पाकिटे सर्वांना वाटली.

गळ कसा बांधायचा हे शिकवण्यासाठी तो हेदरला हाक मारणारच होता, पण अचानक थांबला. त्याच्या लक्षात आलं की, ही महाभंयकर लेडी जेन हेदरचा अपमान करायची संधी सोडणार नाही व हेदरची मानहानी आपल्याला सहन होणार नाही. जॉन बोलत असताना मात्र लेडी जेन कमालीची शांत बसली होती, पण ती नक्कीच वादळापूर्वीची शांतता असणार. हेदरला न बोलावता त्यानेच तो भाग शिकवायला सुरुवात केली.

"आता मी तुम्हाला मासे पकडण्यासाठी वापरायचा गळ कसा तयार करायचा हे शिकवतो."

"गळ? ही काय भानगड आहे?" लेडी जेन फिस्कारली.

"गळ म्हणजे," जॉन समजावून सांगू लागला, "नायलॉनचा एक निमुळत्या आकाराचा पातळ कपडा. जो तुम्ही तुमच्यापाशी असलेल्या गोल पट्टीला जोडायचा असतो. उत्तम प्रकारचा गळ बनवता येणे हीच तर मासे पकडण्याची खरी खुबी आहे. आपण आपला गळ जितका निमुळता बनवू तितकी त्यावर खरी किंवा कृत्रिम माशी अतिशय अलगद बसवता येते. मासा त्या माशीकडे आकर्षित होतो. गळाचा सुरुवातीचा जड भाग हा पट्टीच्या व्यासापेक्षा किंचित लहान असतो. त्यापुढचा भाग हलका असतो व सर्वांत खालचा भाग हवेमध्ये लोंबत असतो. तर आता हे सर्व भाग एकत्र जोडून त्याचा एकच एक निमुळता आकार कसा बनवायचा हे तुम्हाला मी दाखवतो. हा गळ तयार करण्यासाठी आम्ही जी एक विशिष्ट प्रकारची गाठ मारतो, त्याला इथे 'ब्लड नॉट' म्हटलं जात. जर तुम्ही यापूर्वी अशी गाठ मारलेली नसेल तर तुम्हाला प्रथम ते थोडं अवघड जाईल. आता सराव करण्यासाठी मी तुम्हाला एक दोरा देतो."

"पण दुकानात तर असे तयार गळ ठेवलेलेच असतात." लेडी जेन त्याचं बोलणं तोडत म्हणाली. "उगाचंच का म्हणून इतकी सुंदर सकाळ, निरर्थक गाठी मारण्यात वाया घालवायची? हे काय स्काऊटच्या मुलांचं शिबिर आहे?"

नेमका त्याच वेळी हेदर दरवाजा उघडून आत आली व जॉनने सुटकेचा नि:श्वास सोडला.

"मी हेदर कार्टराइट. गुड मॉर्निंग. मला वाटतं, तू मासे पकडण्याच्या गळाबद्दल विचारत होतीस. त्याचं काय आहे की, बाजारात तयार मिळणारे गळ हे गाठ न मारता बनवलेले असतात," खोलीत प्रवेश करत हेदर म्हणाली. "त्यांची लांबी, साडेसात फुटांपासून बारा फुटांपर्यंत असते. पण हे गळ कायम तुटत राहतात व त्यांचा कधीच फारसा उपयोग होत नाही. म्हणून गळासाठी गाठ कशी मारायची असते हे स्वत: शिकण्यावाचून कुठलाही पर्याय नाही. आता जर तुम्ही माझ्याकडे अगदी बारकाईनं लक्ष दिलंत, तर हे काम कसं करायचं हे तुमच्या चटकन लक्षात येईल. मेजर तू मरागला मासे पकडण्यासाठी जाऊ शकतोस. तुला हे सर्व पुन्हा नव्याने शिकण्याची गरज नाही."

"पण मी माशी अडकवून गळ बनवण्यात फारसा तरबेज नाही." मेजर प्रामाणिकपणे म्हणाला. "प्रत्येक वेळी काहीतरी नवं शिकायला मिळतं. मी थोडा वेळ थांबतो."

एलिस विल्सन गाठीबरोबर बराच वेळ झगडत राहिली. तिला एक बाजू अगदी नीट जमायची, पण तितक्यात लक्षात यायचं की, दुसऱ्या बाजूने गाठ सुटून गेलीय.

छोटा चार्ली इतक्या सहज व भराभर गाठी मारत होता की, कुणालाही वाटावं,

तो पाळण्यातच गाठी मारायला शिकलाय. ''मला जरा मदत करशील?'' ती एलिस त्याच्या कानात कुजबुजली. ''तू भलताच हुशार दिसतोयंस.''

''मी तुला अजिबात मदत करणार नाही. तू मला लबाडी करायला सांगू नकोस,'' तो उसळलाच. ''स्वत: प्रयत्न केला नाहीस तर तू कधीच शिकणार नाहीस.''

एलिसचा चेहरा पडला. ''मी दाखवतो तुला,'' तिच्या दुसऱ्या बाजूने एक प्रसन्न आवाज आला. जेरेमी ब्लिथ आपल्याला कौतुकाने निरखतोय हे एलिसच्या ध्यानात आलं व ती लाजली. त्याने तिच्या हातातून दोरा घेतला व तो तिला नीट शिकवू लागला.

त्यानंतर सगळा वर्ग बराच वेळ गाठी मारण्याचा प्रयत्न करत राहिला. आता अधिक ताणण्यात अर्थ नाही हे ओळखून हेदरने जाहीर केले. ''उद्या सकाळी जेव्हा आपण बाहेर पडू तेव्हा सर्वांचे गळ तयार असायला हवेत. आता तुम्ही सर्व जण आपापल्या खोलीत जाऊन कपडे बदला. आपण अर्ध्या तासानंतर पुन्हा भेटू. जॉन तुम्हाला मरागला घेऊन जाईल व पाण्यात गळ कसा टाकायचा असतो हे शिकवेल.''

''अच्छा, अर्ध्या तासाने भेटू,'' जेरेमी उत्साहाने म्हणाला. ''तुझं नाव एलिस. हो ना?''

एलिसने लाजून मान हलवली. ''आणि माझं, डॅफने,'' जेरेमीच्या मागून एक खट्याळ आवाज आला. ''विसरला नाहीस ना माझं नाव?''

''विसरेन कसा?'' जेरेमी म्हणाला. ''आगगाडीत आपण एकत्रच तर होतो.''

दोघेही हातात हात घालून निघून गेले आणि बिचारी एलिस निराश होऊन गेली. क्षणापूर्वी तिला वाटलं होतं की, आपल्याला जेरेमी नावाचा नवीन मित्र मिळालाय, पण डॅफनेने त्याला आधीच पटकावलेला होता.

एलिसने घातलेल्या ऑरलॉनच्या निळ्या सुटाकडे लेडी जेनने कुत्सित कटाक्ष टाकला. ''तुझ्याकडे प्रसंगाला साजेसा ड्रेस नाही का?'' ती खवचटपणे म्हणाली, ''तुझे हे कपडे पाहून तर बिचारे मासे अगदी घाबरून जातील.''

एलिस कानकोंडी होत लगबगीने तिथून निघाली. लेडी जेनच्या प्रश्नाला तोडीस तोड उत्तर देणं तिला सुचेना. आपल्या खोलीत पोहोचेपर्यंत मात्र तिला बरीच उत्तरं सुचलेली होती. तिचं हे असं नेहमीच होत असे.

खोलीत आल्यावर तिने बराच वेळ स्वत:ला आरशात न्याहाळलं. हाच ड्रेस लंडनमध्ये सगळ्यांच्या नजरेत भरला असता. इथे मात्र त्याला किंमत नाही.

आपल्या बॅगेतून तिने कॉर्डरॉयची पँट, लष्करी स्वेटर व वेलिंग्टन बूट बाहेर काढले व ती कपडे बदलू लागली. प्रेम मिळवण्यासाठी माणूस किती मूर्खासारखा

वागू शकतो असा विचार मनात येऊन ती अधिकच ओशाळली.

एलिस ही मिस्टर थॉमस पॅटर्सन जेम्सची सेक्रेटरी होती. पॅटर्सन जेम्स हा 'बॅक्स्टर अँड बेरी' या आयात-निर्यात कंपनीचा चीफ अकाउंटंट होता. तो चव्वेचाळीस वर्षांचा सावळा, देखणा व विवाहित गृहस्थ होता आणि एलिस त्याच्यावर जिवापाड प्रेम करत होती.

तो तिची मस्करी करायचा, तिचे केस विस्कटायचा आणि तिला ''छोटीशी खेडवळ मुलगी'' म्हणायचा. एलिस त्याच्या प्रत्येक शब्दावर भक्तिभावाने हसायची व मनातल्या मनात आपल्याला इतर जणींसारखा नखरेलपणा कधी जमणार याचा विचार करत राहायची.

वैवाहिक जीवनात आपण फार दुःखी आहोत असं पॅटर्सन जेम्स तिला आडून-आडून सांगत राहायचा. या वर्षीची सुट्टी घेऊन स्कॉटलंडला जाताना त्याने तिच्यासमोर उभं राहून एक दीर्घ उसासा सोडला होता आणि म्हणाला होता की, खरंतर बायकोशी असलेलं माझं नातं केव्हाच संपलंय.

एव्हाना एक गोष्ट मात्र एलिसच्या ध्यानात आली होती की, ऑफिसमधला प्रत्येक जण दर ऑगस्टमध्ये शिकारीसाठी स्कॉटलंडलाच जातो. कुणी ग्राऊज मारायला तर कुणी मासे पकडायला.

म्हणून जेव्हा तिने 'दि फिल्ड'मधली कार्टराइटच्या शाळेची जाहिरात पाहिली तेव्हा तिथे काहीही करून जायचंच असं मनाशी पक्कं ठरवून टाकलं. तिने तर मनात मांडे खायलाही सुरुवात केली होती. आपण पहिल्याच फटक्यात वीस पौंडाचा भलामोठा सामन पकडला हे जेव्हा आपल्या बॉसला सांगू, तेव्हा त्याचा चेहरा कसा होईल याचं चित्र ती त्या दिवसापासून रंगवू लागली होती.

एलिस एकोणीस वर्षांची होती. तिचे तपकिरी केस अगदी मऊ, मुलायम होते. डोळेसुद्धा तपकिरी रंगाचेच होते. पण तिचा काहीसा कृश व एखाद्या मुलासारखा दिसणारा बांधा, तिच्यात न्यूनगंड निर्माण करत राहायचा.

तिने एकदा पॅटर्सन जेम्सला एका भरदार वक्षाच्या स्त्रीबरोबर हातात हात घालून जाताना पाहिले होते व हीच त्याची बायको असेल का यावर ती बराच वेळ विचार करत राहिली होती.

समोरच्या तलावावर तळपणारा सूर्य पाहून आता आपण इंग्लंडच्या बेटांवर नाही याची तिला प्रकर्षाने जाणीव झाली. किती छोटंसं आहे हे खेडेगाव. आजूबाजूला रानटी फुलझाडं आणि भोवतालचे हे पहाड तर किती प्राचीन, प्रचंड आणि पाशवी वाटतात.

आपला जीव इथे रमेलसं वाटत नाही. जास्तीत जास्त आणखी एखादा दिवस काढून सरळ घराची वाट धरलेली बरी. पण तिला पैसे परत मिळतील? छे. किती

कोते विचार! आपल्यासारखी सर्वसामान्य माणसंच फक्त असा विचार करू शकतात.

पॅटर्सन जेम्स 'लोकांचा' उल्लेख 'सर्वसामान्य' असा करायचा.

अचानक तिला व्हरांड्यामधून जोरजोरात बोलण्याचा आवाज ऐकू आला. मार्विन रॉथ प्रचंड संतापलेला होता. ''जर तिने तिचं फाटकं तोंड बंद केलं नाही, तर मी ते कायमचंच बंद करून टाकेन.''

दरवाजा धाडकन बंद झाला व एकदम शांतता पसरली.

एलिस मटकन बिछान्यावर बसली. तिचा एक पाय पँटमध्ये, तर दुसरा बाहेर होता. तिला काही सुचेना. अमेरिकन माणसांसंबंधीच्या तिच्या कल्पना या पी.जी. वुडहाउसच्या पुस्तकांवरून बेतलेल्या होत्या. मार्विनसारखे दिसणारे पुरुष हे खरंतर अतिशय गोड स्वभावाचे व आपल्या पत्नीचा आदर करणारे असायला हवेत. इथे सुट्टी घालवायला आलेला प्रत्येक जण असाच तिरसटपणे वागणार आहे का? आणि तो कुणाचं तोंड बंद करायचं म्हणत होता? लेडी जेनचं?

जेरेमी ब्लिथ किती गोड दिसत होता. पण ह्या जगातल्या सगळ्या डॅफने अशा चांगल्या पुरुषांना पटकावण्यासाठी सदैव टपून बसलेल्या असतात. पॅटर्सन जेम्सची बायकोसुद्धा डॅफनेसारखीच दिसत असेल?

कपडे बदलून झाल्यावर एलिस पुन्हा आरशासमोर उभी राहिली. कॉडरॉयची पँट तिच्या छोट्याशा कुल्यांवर घट्ट बसली होती व ढगळ स्वेटरमुळे तिच्या वक्षांचा छोटा आकारही झाकला गेला होता. तिच्या वेलिंग्टन बुटांवर तर ती स्वत:च फिदा होती.

मासे पकडताना खास वापरायची तपकिरी लोकरी हॅट तिने अगदी काळजीपूर्वक डोक्यावर चढवली. आरशात पाहून तिने स्वत:लाच जीभ काढत वेडावून दाखवलं व ती खोलीबाहेर आली. जिना उतरताना ती पुटपुटत होती. ''असलं वागणं मला नाही सहन व्हायचं. मी नाही थांबणार इथे.''

सर्वांनी अगदी आपल्याच सारखे कपडे घातलेले पाहून ती चकित झाली. लेडी जेनने मात्र चपलांऐवजी वेलिंग्टन बूट घातले होते. तिच्या अंगावर अजूनही सकाळचाच ड्रेस होता.

''आपण मरागपर्यंत चालत जाणार आहोत.'' जॉन कार्टराइट म्हणाला. ''हेदर, स्टेशन वॅगनमधून सामान व जेवण घेऊन आपल्या आधी तिथे जाईल.''

लॉच मराग किंवा मराग हे जॉनचं अतिशय आवडतं स्थळ होतं. गर्द राईमध्ये लपलेलं, ते एक मोहक व सुरेख सरोवर होतं. जलाशयाचं एक टोक अगदी उंचावर होतं व तिथून तो प्रवाह अनेक धबधब्यांच्या रूपात खाली कोसळत अखेर लॉकडूच्या लॉच समुद्राला जाऊन मिळत असे. ट्राउट व सामन माशांकरता ते सरोवर प्रसिद्ध होतं. पण तिथे सामानापेक्षा ट्राउट माशांचं प्रमाण खूपच अधिक होतं.

मरागला पोहोचल्यावर मेजरच्या अंगात उत्साह संचारला होता. तो एकटाच भरभर चालत वरच्या बाजूला निघून गेला. बाकीचे सगळे, हातातले रॉड संभाळत खालीच थांबले व पुढच्या सूचनांची वाट पाहू लागले. तिथलं पाणी संथ व फारसं खोल नव्हतं. रॉडच्या टोकाला हूक न अडकवता, लोकरीचा एक लहानसा तुकडा बांधला होता.

एव्हाना सर्वांनाच समजून चुकलं होतं की, लेडी जेन ही फक्त उद्धट आणि आगावूच नाही तर अतिशय बेशिस्त व गलथान बाई आहे.

हॉटेलपासून मराग अगदी जवळ होतं, पण तरीही लेडी जेन हट्टाने आपली गाडी चालवत तिथे आली. रस्त्याच्या कडेला गाडी न लावता तिने ती खाली आणली व मागे-मागे नेत सरळ गवतात घुसवली. तिथे ठेवलेले जेवणाचे डबे गाडीच्या चाकाखाली चिरडले गेले.

नंतर जॉनच्या सूचनांकडे दुर्लक्ष करत ती हातातला गळ पाण्यात टाकून, त्याला वेडेवाकडे हिसके देऊ लागली. अखेरीस तो गळ हवेत उंच उडून मार्विन रॉथच्या गळ्याभोवती गुंडाळला गेला व काही क्षण मार्विन गुदमरून गेला. मग ती तरातरा चालत थेट पाण्यातच उतरली. वाटेत असलेल्या चार्लीकडे तिचे लक्षंच गेले नाही. तिचा धक्का लागून चार्ली चिखलात फेकला गेला. चार्ली जोरजोरात रडू लागला. त्याने चिडून लेडी जेनला एक लाथ हाणली. तेवढ्यात हेदरने धावत येऊन चार्लीला कसेबसे बाहेर काढले.

"मी तिला ठारच मारतो," जॉनचा संताप अनावर झाला होता. "चांगलं वातावरण ती नासवून टाकतेय."

"शांत हो जरा," हेदरने त्याला प्रेमाने दटावले. "मी तिच्याकडे बघते. तू इतरांकडे लक्ष दे."

शिकवताना जॉनचा आवाज किंचित थरथरत होता, पण एलिस मात्र त्याचं बोलणं अगदी एकाग्र चित्ताने ऐकत होती.

"आता प्रत्येकाने उजव्या हातात गळ पकडा. गळ बांधलेली दोरी तुमच्याबरोबर समोर व सरळ रेषेत खाली यायला हवी. डाव्या हाताने रीळ पकडा व रिळातून आणखी एक फूटभर दोरा ढिला सोडा. आता मनगट थोडेसे खाली वाकवून, रॉड वर खेचा. दोरी एका विशिष्ट गतीने अलगद वर उचलली जायला हवी. पण रॉड खेचताना इतका जोर द्यायचा की, दोरी तुमच्या मागे जाऊन पोहोचेल. बारा वाजता, घड्याळाचे काटे ज्या स्थितीत असतात, त्या स्थितीला येऊन रॉड थांबला पाहिजे. आता तुमचा डावा हात आपोआप खाली खेचला जाईल. त्याच वेळी दोरी तुमच्या मागच्याच बाजूला; पण सरळ रेषेत उचलली गेलेली असेल. त्यानंतर रॉड सफाईदारपणे तुमच्या समोर आणा. दोरी हळूहळू पुढे येऊ लागेल. दहा वाजता,

घड्याळाच्या काट्यांचा होणारा कोन आठवा. दोरी त्या कोनात आल्यावर अलगद पाण्यात सोडून द्या. अरे वा! शाब्बास एलिस. तुला छान जमतंय.''

जॉनच्या कौतुकाने एलिस आनंदाने गदगदून गेली. हेदरने लेडी जेनला चांगलेच खडसावलेले असावे, कारण लेडी जेन तिथून पाय आपटत निघून गेली होती. ती कजाग बया निघून गेल्यावर वातावरणातला सगळा ताण निघून गेला. आता तो दिवस एका वेगळ्याच रंगात व प्रकाशात खुलून दिसू लागला. मी हॉटेलवर जाऊन पुन्हा जेवणाचे डबे घेऊन येते असं हेदरने लांबूनच ओरडून सांगितलं.

पावशासारखा दिसणारा एक पक्षी पाण्यावरून झुलत गेला. किनाऱ्यावरच्या जांभळ्या फुलांच्या ताटव्यांनी वाऱ्यासोबत ओणवं होऊन कौतुकाने आपलं प्रतिबिंब निरखलं. गढूळ पाण्यालाही लाटा होऊन नाचावसं वाटलं. मग त्या चमचमत्या, रंगीबेरंगी स्वप्नील दुनियेत, एलिसही कितीतरी वेळ हरवून गेली. अगदी खांदा दुखेपर्यंत हातातला गळ घट्ट पकडून राहिली. हेदर जेवणाचे डबे घेऊन आली. सर्व जण स्टेशन वॅगनच्या भोवती गोळा जमा झाले. फक्त मेजर व लेडी जेन मात्र गायब होते.

सुट्टीचा खरा मझा आता येऊ लागला होता. चार्ली स्वच्छ होऊन हेदरबरोबर परतला होता, पण त्याचे केस अजूनही ओलेच होते. तो स्टेशन वॅगनच्या चाकाला पाठ टेकवून सँडविच खात होता.

अचानक तो तारस्वरात किंचाळला, ''तुम्हाला ठाऊक आहे, ती फार भयंकर बाई आहे.''

''कोण?'' असे कोणीही विचारले नाही.

चार्लीच्या बोलण्याला जरी कुणीही दुजोरा दिलेला नसला तरी लेडी जेनच्या विरोधात आता सर्वांचेच एकमत झाले होते. ह्या बाईला यापुढे माज करू द्यायचा नाही असाही सर्वांनी मनोमन निर्धार केला होता.

''इन्स्पेक्टर मॅक्बेथ येतोय.'' एलिस म्हणाली.

सर्वांच्या नजरा मागे वळल्या. इन्स्पेक्टर हॅमिशची हाडकुळी आकृती, त्यांच्याच दिशेने येत होती.

''सँडविच चांगली दिसतायत.'' हेदरकडे न पाहताच तो म्हणाला.

''हवं असेल तर घे,'' हेदर चिडून म्हणाली. ''अगदी स्वस्तात मिळतात ही पाकिटं.''

''खरंच?'' इन्स्पेक्टरने हसत-हसत विचारलं. ''बरं झालं, सांगितलंस. मला कुणाकडूनही महागड्या वस्तू घ्यायला आवडत नाहीत.''

त्याने जाकिटातून प्लॅस्टिकचा कप काढून जेव्हा हेदरसमोर धरला तेव्हा

एलिस चकित होऊन त्याच्याकडे पाहातच राहिली. मनातल्या मनात शिव्या घालत हेदरने त्याच्या कपात चहा ओतला.

"या भागात, गुन्हेगारीच्या फारशा केसेस तुझ्या हाती लागत नसतील ना, ऑफिसर?" डॅफनेने विचारलं.

"असं नाही म्हणता येणार." सँडविचचा तुकडा तोंडात टाकत तो म्हणाला. "इथेही खुनशी वृत्तीची लोकं आहेत. गावातले अनेक जण शनिवारी रात्री दारू पिऊन धिंगाणा घालतात."

"तू एखाद्या मोठ्या गुन्हेगाराला कधी अटक केलीयेस?" डॅफने त्याचा पिच्छा सोडायला तयार नव्हती. तिने जेरेमीलाही खूण करून जवळ बोलावले.

"नाही. मोठा मासा अजून गळाला लागला नाही. पण अनेक छोटे मासे पकडलेत."

त्याच्या बोलण्यावर एमी रॉथ खदखदून हसली. डॅफने मात्र त्याच्या बोलण्यावर खट्टू झाली. "ए, तू मुद्दाम वेड पांघरल्याचं सोंग घेतोयस ना?"

तिचा प्रश्न ऐकून हॅमिश चमकला. "मुळीच नाही. असलं सोंगबिंग घ्यायचा माझा स्वभाव नाही. मला सांग की, तुझ्या मनात, एखाद्या छिनाल स्त्रीसारखं वागावं असं कधीतरी येईल का?"

"चला, मस्करीची वेळ संपली." जेरेमीने एलिसला दबक्या आवाजात सांगितलं. "तिकडे बघ. लेडी जेन येतेय."

दाणदाण पावलं टाकत व पायाखालची झाडंझुडपं तुडवत ती त्यांच्यापाशी येऊन पोहोचली. तिचा चेहरा लाल झाला होता आणि गालावर एकदोन ओरखडे उमटले होते. पण तिच्या डोळ्यात मात्र नेहमीची विजयी चमक दिसत होती.

दुपारच्या सत्रासाठी, सगळ्या वर्गाला नवीन ठिकाणी घेऊन जाण्याची तयारी करायला जॉनने सुरुवात केली. हूक्स ठेवलेली पाकिटं सगळ्यांना वाटण्यात आली. नवीन प्रकारच्या गाठींचे प्रकार शिकवण्यात आले. "टॉवेल नॉट" इंग्रजी आठ आकड्याच्या आकाराची गाठ. सगळे जण अगदी मन लावून शिकत होते. याखेपेस लेडी जेनसुद्धा शांतपणे गाठी मारण्याचा प्रयत्न करत होती.

"सर्वांनी इकडे लक्ष द्या," हेदर म्हणाली, "आत्ता मी तुम्हा सर्वांना गाठ मारलेले, म्हणजे तयार गळ देते. पण उद्या सकाळी मात्र तुमच्या हातात, स्वत: तयार केलेले गळ असायला हवेत. आज दुपारी आपण ॲन्स्टे नदीवर जाऊन मासे पकडणार आहोत. मी प्रत्येकाला आता मासे पकडायचं परवानापत्र देते. ते कायम आपल्या खिशात असायला हवं. तिथले सुरक्षा अधिकारी कदाचित ते तपासतील. मार्विन आणि एमी, मला वाटतं, तुम्हाला अमेरिकेत मासे पकडण्याचा थोडातरी अनुभव असेलंच. तुम्ही आता मरागच्या वरच्या भागात जायचं. फक्त एक गोष्ट

लक्षात ठेवायची की, एकाच जागी गळ टाकून बसायचं नाही. सतत जागा बदलत राहायची. आता बाकीच्यांसाठी सूचना. आपण नदीवर पोहोचल्यानंतर काय करायचं ह्याचे जॉन व मी तुम्हाला प्रात्यक्षिक करून दाखवू. आपल्याला गाड्या घेऊन तिथे जावं लागेल. जॉन व माझ्याबरोबर, चार्ली आणि एलिस असतील. जेरेमी व डॅफने, एका गाडीतून जातील. इतर सर्वांकडे स्वत:च्या गाड्या आहेतच. बरं, मेजरला कुणी पाहिलं का?''

लेडी जेन, जणू त्या प्रश्नाची वाटच बघत होती. ''तो ना, तलावाच्या पलीकडच्या बाजूला जाऊन मासे पकडत बसलाय. आपण जणू एक कसबी मच्छिमार असल्याचा आव आणतोय. आधी एक बडा लष्करी अधिकारी व सद्‌गृहस्थ असल्याची बतावणी करत होता. आता त्याने हे नवीन सोंग घेतलंय.''

''तुम्ही सगळे हॉटेलात चला,'' जॉन लगबगीने म्हणाला. ''मी मेजरला हुडकून काढतो.''

''मला वाटलं होतं, तू माझ्याबरोबर असशील.'' जेरेमी एलिसला म्हणाला.

त्याच्या बोलण्यावर क्षणभर तिचा विश्वासच बसेना. आजपर्यंत तिचं सगळं भावविश्व हे पॅटर्सन जेम्सच्या भोवतीच इतकं गुंतलेलं होतं की, दुसरा एखादा पुरुष आपल्या आयुष्यात येईल असा विचारही तिच्या मनात कधी आला नव्हता.

डॅफनेचा हात हातात घेऊन जेव्हा जेरेमी जाऊ लागला तेव्हा एलिसने त्याच्याकडे एक चोरटा कटाक्ष टाकला. तो भलताच देखणा पुरुष होता. त्याचा आवाजही अगदी प्रसन्न; पण किंचित घोगरा होता. शिवाय पॅटर्सन जेम्ससारखा तो बोलताना शब्दांचे उच्चार चावून चिवडून करत नव्हता. तिची नजर जेरेमीवर रेंगाळत राहिली व पाठमोऱ्या जेरेमीकडे पाहत ती अजाणता हसली.

''काही उपयोग नाही,'' लेडी जेन तिच्या बाजूला उभी होती. ''तो सॉमरसेटचा ब्लिथ आहे. वरच्या दर्जाचा. तुझे हात, त्याच्यापर्यंत नाही पोहोचू शकणार. त्याच्यासाठी डॅफनेच योग्य आहे.''

एलिसच्या अंगाची लाही लाही झाली. संतापल्यामुळे तिला धड श्वास घेता येईना. ''चालती हो इथून,'' ती तिच्या खास लिव्हरपुरी उच्चारात लेडी जेनच्या अंगावर खेकसली.

''शाब्बास एलिस,'' मार्विन तिचं कौतुक करत उद्‌गारला.

लेडी जेन हळूच काहीतरी पुटपुटली. ''तुला चांगलाच धडा शिकवते बघ.'' असं म्हणत ती निघून गेली.

जेरेमी काही आता दिवसभरात आपल्याला भेटणार नाही हे एलिसने पुन्हा पुन्हा स्वत:ला पढवले. पण ते सर्व जेव्हा ॲन्स्टे नदीवर पोहोचले तेव्हा जेरेमी व

एलिस एकाच होडीत बसतील अशी हेदरने व्यवस्था केली होती. सर्वांना वेगवेगळ्या ठिकाणी पाठवल्याने, त्या दोघांच्या जवळपास कुणीच नव्हते.

एलिसला होडीतून पाठवण्याआधी हेदरने तिच्याकडून गळ कसा टाकायचा याचे प्रात्यक्षिक जवळजवळ अर्धा तास अगदी घोटवून घेतले. एलिसला सुरुवातीस काहीच जमत नव्हते. कधी तिची हॅट खाली पडायची, कधी झाडाच्या फांदीत तिचा गळ अडकून पडायचा, पण अचानक एका क्षणी तिला ती गोष्ट छान जमून गेली.

''आजूबाजूला काय घडतंय याकडे जराही लक्ष द्यायचं नाही,'' हेदर म्हणाली, ''मी तुला जे सांगितलंय त्यावर फक्त लक्ष केंद्रित कर. चल, आता तुझी तयारी झालीय. जेरेमी, तू याआधीही फिशिंग केलेलं असणार.''

''हो, पण त्यात थोडीही शिस्त नव्हती,'' जेरेमी म्हणाला.

''होडी घेऊन थेट वरपर्यंत जा व मग हळूहळू खाली यायला सुरुवात कर.'' हेदर म्हणाली. ''तुला कदाचित सामन नाही, पण ट्राउट नक्कीच मिळेल.''

जेरेमीने सराईतपणे होडी वल्हवण्यास सुरुवात केली. एलिसने हातातला रॉड अगदी सरळ व घट्ट पकडला होता. आपल्या गळाला मासा लागल्यास काय बहार येईल या विचारात ती हरवून गेली होती. सूर्यप्रकाशामुळे वातावरण उबदार होते. एलिसने एका हातात पकडलेला रॉड, चांगलाच जड होता. तिच्या खिशात चाकू होता, तर दुसऱ्या खिशात डासांपासून संरक्षण करण्यासाठी पेस्टट्यूब होती. संध्याकाळ झाली की, स्कॉटिश डास चांगलेच आक्रमक होतात हे तिला ठाऊक होते.

तिने मानेभोवती, मासे पकडण्याचे जाळे अडकवलेले होते व त्यात दोन छोट्या कात्र्याही लटकत होत्या. हॅटच्या वरच्या बाजूला, आणखी एक छोटीशी जाळी लोंबत होती. मधमाशा किंवा कीटकांचा उपद्रव फारच वाढला तर ती जाळी झटकन चेहऱ्यावर ओढायची होती.

जेरेमीने थकून, हातातली वल्ही बाजूला ठेवली. ''फारंच गरम होतंय. वरचे कपडे काढून टाकू या.''

एलिस कमालीची लाजली. जेरेमीच्या बोलण्याचा तसा उद्देश नव्हता. अंगावरचं जॅकेट, स्वेटर वगैरे काढू या, एवढंच त्याला म्हणायचं होतं. पण एलिसचं वयच असं होतं की, प्रत्येक गोष्टीतून तिला लैंगिक अर्थच जाणवत राहायचा. आपल्याच मनात असं पाप का, या विचाराने मग तिला अपराधी वाटत असे.

स्वेटरच्या आत ब्लाउज घालायची बुद्धी दिल्याबद्दल तिने देवाचे आभार मानले. तिने डोक्यावरची हॅट काढली. मानेभोवती अडकवलेले जाळे काढून होडीच्या तळाशी ठेवले आणि मग सावकाश अंगातला स्वेटर काढला. कात्र्या

मात्र तशाच लटकवत ठेवल्या. दोऱ्या किंवा हूक्स कापण्यासाठी कात्र्या कायम जवळ बाळगायला हव्यात असे हेदरने तिला बजावून ठेवले होते.

"चला," जेरेमी म्हणाला. "आपली होडी पुन्हा निघाली."

पाणी संथ होते व सूर्यप्रकाशात चमचमत होते. थाइनच्या पानांच्या वासामध्ये, पाइन वृक्षाचा गंध मिसळला होता.

ती पाण्यात पुन्हा पुन्हा पाण्यात गळ टाकत राहिली. तिचे खांदे दुखू लागले. आणि त्याच वेळी...

"मी काहीतरी पकडलंय." ती दबक्या आवाजात म्हणाली. "सामनच असणार. खूप जड आहे"

जेरेमीने झटकन आपला रॉड गुंडाळला. "तू भराभर दोरा गुंडाळू नकोस." जेरेमी म्हणाला. त्याने वल्ही उचलली व तो अतिशय संथपणे बोट वल्हवू लागला. एलिसच्या हातातला रॉड वाकू लागला.

"अजून थोडं गुंडाळ." तो म्हणाला.

"जेरेमी," तिचा चेहरा उत्साहाने व उत्सुकतेने गुलाबी झाला होता. "मी काय करू रे? मला काही सुचत नाही."

"शांत रहा... शांत."

एलिसला धीर धरणं अशक्य होतं. ती जोरजोरात दोरा गुंडाळू लागली गळ पाण्याच्या वर येताच तिने हिसका देत तो वर खेचला.

गळाच्या हुकाला शेवाळ्याचा एक मोठा पुंजका अडकलेला होता.

"आणि मला वाटलं की, मी वीस पौंडाचा सामन पकडलाय." एलिस रडवेली झाली होती. "हे बघ अजूनही माझं शरीर आनंदानं थरथरतंय. माझं वागणं, खूपच गावठी आहे का रे? म्हणजे, एरवी मला साधी माशी मारायचाही धीर होत नाही आणि आज मात्र माझ्या गळापाशी जे लागेल त्याला मारून टाकायला मी उतावीळ झाले होते."

"तू काही एवढी शांत आणि घाबरट वाटत नाहीस." पाण्यात पुन्हा गळ टाकत जेरेमी म्हणाला, "मघाशी तू तर लेडी जेनचा, तिच्या तोंडावर अपमान केलास."

"हो ना. तेव्हा तर माझाच माझ्यावरच विश्वास बसला नव्हता." एलिस स्वत:मध्येच हरवली होती. "अख्ख्या आयुष्यात मी असे शब्द कधी उच्चारले नव्हते. तुला सांगते, दुपारी जेवताना खरंच इतकं सुंदर वातावरण तयार झालं होतं. सर्व जण मजेत गप्पा मारत होते. मला तर ती वेळ कधी संपूच नये असं वाटत होतं आणि अचानक ती हडळ तिथे येऊन सगळ्याचा विचका करू लागली. तिचं बोलणं मला तरी विचित्रच वाटतं. जणू तिने इथे येण्याआधी आपल्या सर्वांची संपूर्ण

माहिती गोळा केलीय. ती... ती मला म्हणाली की, तू सॉमरसेटच्या ब्लिथ्स घराण्यातला आहेस.'' एलिसने बोलता-बोलता जीभ चावली. ती तर त्याला त्यापुढचंही सांगून मोकळी होणार होती.

''खरंच? असं म्हणाली ती? काही बायकांना उगाचंच चांभारचौकशा करायची फार आवड असते. त्या इन्स्पेक्टरचं जिणं तिनं मुश्कील न करो म्हणजे झालं. त्याच्या बॉसकडे तक्रार केल्याशिवाय ती स्वस्थ बसणार नाही.''

''बिच्चारा हॅमिश.''

''पण मला वाटतं हॅमिश घाबरणाऱ्यातला नाही. मला सांग या असल्या उजाड गावात दुसऱ्या कुठल्या इन्स्पेक्टरला यावंस वाटेल? इथे यायचं म्हणजे आपल्याच पायावर कुऱ्हाड मारून घ्यायची.''

''तू काय काम करतोस?'' एलिसने विचारलं.

''मी बॅरिस्टर आहे.''

एलिस मनातल्या मनात निराश झाली. आपल्यासारखाच तोही एखाद्या किरकोळ हुद्द्यावर असायला हवा अशी तिची फार इच्छा होती.

''तू काय करतेस?'' जेरेमीचे शब्द तिला ऐकू आले.

त्याने फ्लेनेल्सची पँट व चौकडीचा हाफ शर्ट घातला होता, पण त्याच्या एकूण बोलण्या-चालण्यावरून तो श्रीमंत, खानदानी घराण्यातला असावा असं वाटत होतं. एलिसला अचानक वाटलं की, आपणही कुणी वेगळे, महत्त्वाचे असल्याचा आव आणावा.

''मी बॅक्स्टर अँड बॅरी कंपनीत चीफ अकाउंटंट आहे.'' ती सांगताना अर्धवट हसली. त्यात बुजरेपणा अधिक होता. ''या क्षेत्रात स्त्रिया फारच कमी असतात.''

''नक्कीच आणि तुझ्याइतकी तरुण मुलगी तर अगदीच विरळा.'' जेरेमी म्हणाला, ''मला वाटलं नव्हतं की, इतक्या जुन्या काळची कंपनी अशा आधुनिक विचारसरणीची असेल.''

''तुला बॅक्स्टर अँड बेरी ठाऊक आहे?'' तिच्या पोटात गोळा आला.

''मी म्हाताऱ्या बॅक्स्टरला ओळखतो.'' जेरेमी सहजपणे म्हणाला. ''तो माझ्या वडिलांचा मित्र आहे. थांब, आता मी त्याला त्याच्या सुंदर अकाउंटंटवरून बघ कसा चिडवतो.''

एलिसने मान फिरवली. कारण नसताना खोटं बोललं की, असं अंगाशी येतं. आता या सुट्टीनंतर पुन्हा कधीही जेरेमीला तोंड दाखवायला जागा उरणार नाही.

''जेव्हा मी तुझ्या वयाचा होतो ना, म्हणजे साधारण दहा वर्षापूर्वीची गोष्ट आहे.'' जेरेमी अगदी शांतपणे तिला म्हणाला, ''मी एका अफलातून सुंदर मुलीला खोटंच सांगितलं होतं की, मी वैमानिक आहे. जेट चालवतो.''

“सॉरी रे जेरेमी,” ती ओशाळत म्हणाली. “मी चीफ अकाउंटंटची साधी सेक्रेटरी आहे.”

“ठीक आहे ना. पण एक गोष्ट तुझ्या लक्षात आली का, तू नकळत माझा सन्मान केलायंस. मला तर तुझे आभार मानायला हवेत.” तो हसत-हसत म्हणाला, “कारण बऱ्याच काळानंतर कुण्या मुलीने माझ्यावर इंप्रेशन मारण्याचा प्रयत्न केलाय.”

“मी खोटं बोलले म्हणून तू रागावला नाहीस?”

“छे. उलट तुझ्या गळाला काहीतरी अडकलं याचाच मला आनंद आहे.”

“ते तर गवताचं ढेकूळ होतं.” एलिसच्या मनावर आलेला ताण एकदम निघून गेला. ती तरुण, मुक्त व पिसासारखी हलकीफुलकी होऊन गेली. पॅटर्सन जेम्सचा चेहरा, पाण्यावरून तरंगत-तरंगत वर आला व हळूहळू धुक्यासारखा विरत-विरत नाहीसा झाला.

तिने गळ पाण्यात सोडला, गळाला मिळणाऱ्या झटक्यांची गंमत अनुभवली, गवताच्या ढेकळाला आपण मासा का समजलो याचे तिला आश्चर्य वाटत राहिले.

सोनेरी पाण्यात, विजेच्या झोतासारखे अचानक काहीतरी चमकले.

“ट्राउट!” जेरेमी म्हणाला. त्याने पाण्यात जाळे फेकले व मासा उचलून होडीत ठेवला.

“खूपच लहान आहे.” निराशेने मान हलवत तो म्हणाला. “आपण त्याला पुन्हा पाण्यात सोडून देऊ या.”

माशाच्या तोंडाला अडकलेली माशी तो सोडवू लागला. “सावकाश रे. त्याला दुखवू नकोस.” एलिस ओरडली.

“छे. तो बघ. आपल्या आईकडे पळून गेला.” त्याला पाण्यात सोडताना जेरेमी म्हणाला. “तू कुठली माशी वापरतेयंस?”

“केन्रीज् किलर”

त्याने माशा ठेवलेली पेटी उघडली. “मीसुद्धा तीच वापरून बघतो.”

बराच वेळ कुणीच काही बोलले नाही. पण त्या शांततेलाही आता मैत्रीचा गंध आला होता. ‘टू सिस्टर्स’च्या टेकडीमागे सूर्य हळूहळू बुडू लागला होता. वाऱ्याची मंद झुळूक आली व सरोवराच्या पाण्यावर हलकेच तरंग उमटवून गेली.

आणि त्यापाठोपाठ जांभळ्या फुलांमधून डासांचा थवा अचानक चालून आला. डासांनी एलिसला घेरून टाकले. ती किंचाळू लागली, चेहऱ्यावर जाळी चढवण्यासाठी ती धडपडू लागली. जेरेमीने होडी झटपट किनाऱ्याला आणली.

“चल भरभर. गाडीत जाऊन बसलो तरंच या सैतानांपासून सुटका होईल.” तो म्हणाला.

एलिस कशीबशी गाडीत चढली. जेरेमीने गाडीचा वेग वाढवला व सरोवर दिसेनासे होईपर्यंत तो गाडी चालवत राहिला. चेहरा पुसण्यासाठी त्याने एलिसला टॉवेल दिला.

एलिस त्याच्या प्रेमाने भारावून गेली. ''डॅफने कुठेय? मी तर तिला विसरूनच गेले.''

''मीसुद्धा.'' जेरेमीचा चेहरा, झाडांच्या सावल्यांमुळे झाकोळला गेला होता. पण तो तिच्या ओठांकडे बघत असावा. एलिसची छाती धडधडू लागली.

''तू... तू ही गाडी इथे स्कॉटलंडमध्ये विकत घेतलीस?'' तिने विचारलं. ''तू आणि डॅफने तर रेल्वेने आलात ना?''

''ही गाडी माझे वडील वापरत होते. मी इथे येतोय हे त्यांना ठाऊक होतं. त्यांनी माझ्यासाठी गाडी इन्व्हर्नेसला पाठवून दिली.''

''तू डॅफनेला आधीपासून ओळखतोस?''

''छे. डॅफनेला बरोबर घेऊन ये असं हेदरने पत्र लिहून मला कळवलं. आपल्याला एकट्याने प्रवास करायला आवडत नाही असं तिने हेदरला लिहिलेल्या पत्रात म्हटलं होतं.''

जेरेमीने पुन्हा गाडी सुरू केली आणि एलिसची धडधड थांबली. आपण जर गप्प बसून राहिलो असतो तर त्याने नक्कीच आपलं चुंबन घेतलं असतं. बरं झालं, आपण त्याला त्या मूर्ख डॅफनेबद्दलच्या संभाषणात गुंतवून ठेवलं ते. डॅफने आता हॉटेलमध्ये पोहोचली असेल आणि रात्रीच्या जेवणासाठी एखादा भडक रंगाचा ड्रेस घालत असेल. मूर्ख कुठली.

''चटकन निर्णय न घेता येणं हा माझा कमकुवतपणा आहे असं मला कधीच वाटलेलं नाही.'' दीर्घ शांततेचा भंग करून अखेर जेरेमी म्हणाला, ''एखादी गोष्ट घिसाडघाईने करून ती बिघडवणं, मला मुळीच आवडत नाही.''

त्याच्या बोलण्याचा नेमका अर्थ एलिसच्या लक्षात आला नाही. म्हणजे आपल्याला चुंबन घ्यायचं होतं, पण आयत्या वेळी आपण विचार बदलला असं त्याला म्हणायचं होतं का? कुणास ठाऊक? एलिसला मात्र तो प्रश्न विचारायचा धीर झाला नाही. कदाचित मासे पकडण्याच्या बाबतीत तो बोलला असावा.

पण अचानक त्याने स्टिअरिंगवरचा एक हात काढून तिची कंबर हळूच दाबली.

एलिसच्या नाडीचे ठोके जलद पडू लागले. एक घुबड पंख फडफडवत रस्त्यावरून उडत गेलं. घाटाखाली लॉकडूचं खेडं वसलेलं होतं.

समुद्रातले मासे पकडण्यासाठी उतरलेल्या लहानमोठ्या बोटींचे भोंगे अस्पष्टपणे ऐकू येत होते. हॉटेलच्या उपाहारगृहातील दिव्यांचं प्रतिबिंब सरोवरात पडलं होतं.

दरीत पसरलेल्या दाट काळोखातून त्यांची गाडी सुसाट चालली होती. जुन्या तुटलेल्या पुलावरून मराग नदीचे पाणी खाली कोसळत होते. सरोवरात सील माशांची जोडी, एखाद्या एडवर्ड घराण्यातील राजाराणीप्रमाणे मुक्त जलक्रीडा करत होती.

एलिसचे डोळे भरून आले. तिने डोळ्यातलं पाणी हळूच पुसून टाकलं. त्या विलक्षण निसर्गसौंदर्याने तिचा ऊर भरून आला होता. प्रत्येक गोष्टीत सौंदर्य असतं. प्रत्येक आकाराला, त्याचा स्वत:चा एक गंध असतो. अगदी चामड्याच्या पाकिटातल्या करकरीत नोटांनाही श्रीमंतीचा वास असतो. ही महागडी गाडी, जेरेमीने चेहऱ्यावर लावलेल्या क्रीमचा सुवास... ती हळूहळू उत्तेजित होत गेली. ती संध्याकाळ कधी संपूच नये असं तिला वाटलं. निसर्गसौंदर्य, पुरुषीसौंदर्य, श्रीमंतीसौंदर्य... सौंदर्याच्या किती तऱ्हा!

अचानक तिच्या मनात लेडी जेनची आकृती उभी राहिली व तिची सारी संध्याकाळ डागाळून गेली.

तिने जर पुन्हा मला त्रास दिला तर मीसुद्धा तिला ठार मारीन. एलिसचं मन आक्रंदून उठलं.

एलिस तरुण होती, उच्छृंखल होती. क्षणाक्षणाला तिचं मन पालटत जायचं. वेगवेगळे विचार मनात भिरभिरत राहायचे. रात्रीच्या जेवणासाठी कुठला ड्रेस घालायचा, या विचारात आता ती गुंतली होती.

तासाभरानंतर जेव्हा ती हॉटेलमध्ये परतली तेव्हा लेडी जेन, चार्ली व मेजर सोडून सर्व जण जेवणाच्या टेबलावर आधीच येऊन बसले होते.

ती तयार होऊन आली तेव्हा टेबलाच्या टोकापाशी फक्त एकच जागा उरलेली होती व नेमका विरुद्ध टोकाला जेरेमी बसला होता.

जेरेमीला चिकटून डॅफने बसली होती व तो तिच्या बोलण्यावर खळखळून हसत होता.

डॅफनेने कमरेला घट्ट चिकटलेला शिफॉनचा काळा गाउन घातला होता. त्यातून तिचे दोन प्रमाणबद्ध स्तन, कुणाच्याही नजरेस पडत होते.

तिने कानात घातलेल्या जुन्या पद्धतीच्या आकर्षक रिंगा लक्ष वेधून घेत होत्या. एरवी राठ व टणक वाटणारा तिचा चेहरा, गुलाबी लिपस्टिक व रंगवलेल्या पापण्यांमुळे मऊ, गुळगुळीत वाटत होता.

जेरेमीने करड्या रंगाचा सूट, चौकडीचा शर्ट व टाय घातला होता. डाव्या मनगटावर फिकट सोनेरी घड्याळ होतं.

आपण काहीतरी वेगळं घालायला हवं होतं असं एलिसला वाटून गेलं. आपण आणलेले सगळेच कपडे तिला भिकार व हलक्या दर्जाचे वाटू लागले होते. तिने

बराच विचार करून लोकरीचा गुलाबी स्वेटर, शिवून घेतलेला शर्ट व वुलवर्थचे मोत्याचे डूल निवडले होते. एखाद्या खानदानी घराण्यातल्या तरुणीसारखं आपण दिसायला हवं असं तिने खोलीतल्या एकांतात स्वत:लाच बजावलं होतं. पण आता लंडनच्या टायपिस्टने श्रीमंत युवतीचं सोंग घ्यावं तशी आपली अवस्था झाल्याचं तिला जाणवत होतं. याच विचारात ती खाली उतरली. जेवणाची खोली चांगलीच उबदार होती.

एमी रॉथनेही निळ्या-हिरव्या रंगाचा सुळसुळीत शिफॉनी ड्रेस घातला होता. तिची पाठ उघडीच होती. एका क्षणी तर मार्विनने तिच्या पाठीवरून हात सरकवत तिला जवळ घेतली तेव्हा एमी खांदे घुसळवत खदखदून हसली होती.

हेदरने गाउन घातला होता. दिसायला जरी तो अगदी पडद्यांना वापरतात तशा जाड कापडाचा वाटत असला तरी हेदरच्या अंगावर मात्र तो एखाद्या कुलीन स्त्रीप्रमाणे शोभून दिसत होता. जॉन कॉर्टराइट प्रसन्न व शांत दिसत होता. एक दिवस पार पडल्याचा आनंद त्याच्या चेहऱ्यावर स्पष्ट होता.

हॉटेलमध्ये झेकोस्लोवाकियन शँपेन बाटल्यांचा खूप मोठा साठा केलेला होता व पांढरे शुभ्र रुमाल गुंडाळून, बाटल्यांवरचे लेबल गुलदस्त्यात ठेवले होते. कारण ते काही उंची मद्य मानले जात नसे.

जेवण मात्र भलतेच स्वादिष्ट होते. खास हॉलंडच्या सॉसमध्ये घोळवलेल्या सामन माशांची मेजवानी होती. मद्याच्या अंमलामुळे सारेच जण मोकळेढाकळे होत हळूहळू हवेत तरंगू लागलेले होते.

एलिसही त्या गुंगीत जेरेमीला विसरली व रॉथ जोडप्याशी गप्पा मारू लागली. तिला समजलं की, मार्विनचं सगळं आयुष्य अगदी जन्मापासून न्यू यॉर्कमध्येच गेलं होतं. पण एमी, ऑगस्टा, जॉर्जियाची होती. मार्विन हा तिचा तिसरा नवरा होता. आपण एखादा भारी गाऊन विकत घेतल्याचे जसे सहज सांगावे तशी ती गोष्ट तिने एलिसला सांगितली.

मार्विन अतिशय शांत व नम्र गृहस्थ होता व आपल्या पत्नीला अतिशय आदराने वागवत होता. एलिसच्या मनात अमेरिकन पुरुषांविषयी अगदी हीच प्रतिमा रुजलेली होती. आपण ज्याला काल संतापाने ओरडताना ऐकलं तो हाच माणूस होता का असा तिला क्षणभर संभ्रमही पडला, पण त्या हॉटेलात तेवढे एकच अमेरिकन जोडपे होते.

पार्टीचा रंग वाढत गेला व त्याबरोबर गोंगाटही वाढला.

आणि त्याच वेळी मेजर पीटर फ्रेम अडखळत, धडपडत आत आला. त्याचे डोळे रागाने लाल झाले होते व हात थरथरत होते. तो खुर्चीचा आधार घेत कसाबसा बसला व त्याची भेदक नजर सर्वांवरून फिरू लागली.

“ती हलकट कुत्री कुठेय?” तो गरजला.

“तू लेडी जेनबद्दल बोलतोयस का?” हेदर म्हणाली. “मला खरंच माहीत नाही. पण असं झालंय तरी काय?”

“सांगतो मी तुला,” त्याचा आवाज संतापाने कापत होता. “मी संध्याकाळी पुन्हा मरागला गेलो. अगदी उंच, धबधब्याच्याजवळ पोहोचलो आणि माझ्या गळाला पंधरा पौंडाचा मासा लागला. सबंध दिवस मी त्याला पकडण्यासाठी खूप झगडलो होतो. खूप समाधान वाटलं मला. काठावर बसून मी शांतपणे सिगरेटचे झुरके घेत बसलो होतो. तितक्यात ही कुठूनतरी म्हशीसारखी धावत आली. ‘मी तुझ्यापुढे जाऊ का?’ तिने विचारलं. ‘तुझा गळ, माझ्या वाटेत येतोय.’ मी म्हटलं की, ‘मी मोठा मासा पकडलाय.’ ‘मूर्खासारखा बोलू नकोस,’ ती म्हणाली, ‘मी काही इथे रात्रभर तुझ्यासाठी थांबून राहू शकत नाही. तुला मासा वाटतोय, पण तो एखादा दगड असेल. आणि मला काही समजायच्या आत तिने माझ्या गळाचा दोरा कापून टाकला. त्या कैदाशिणीने माझा गळ चक्क कापला. जाडी, गलिच्छ म्हैस.”

“मी तिचा खून करीन. त्या भयंकर बाईला मी ठार मारीन. खलास! खलास! खलास करीन.”

मेजरचा आवाज चिरकत गेला. जेवणाच्या खोलीत कमालीची शांतता पसरली.

आणि त्या शांततेतंच अचानक लेडी जेनचे आगमन झाले.

तिने फुलाफुलांचा शिफॉनचा गुलाबी नक्षीदार गाउन घातला होता. क्वीन मदर, बार्बारा कार्टलंड आणि डॅनील रू अशा प्रकारचा गाउन घालत असत.

“अरेच्या, सगळे जण अगदी उदास दिसताहेत.” सर्वांची कीव करत ती म्हणाली, “आता मी आलेय ना. बघा पार्टीत कशी जान आणते. कमॉन एव्हरीबडी.”

दिवस दुसरा

मनाचे खोल, अरुंद व किचकट कोपरे दाहक अश्रूंच्या
खारट पाण्याने धुवून स्वच्छ करावेत.

-जॉन डोन

घड्याळाचा गजर वाजू लागला. एलिसने डोळे न उघडताच तो बंद करण्याचा प्रयत्न केला, पण तिचा चाचपडणारा हात घड्याळापर्यंत पोहोचलाच नाही. अखेर तिने हात लांब करत घड्याळावर चापट मारली व एक भलीमोठी जांभई दिली. खोलीत रुपेरी प्रकाश पसरला होता. रात्री झोपताना ती खिडकीचे पडदे लावायला विसरली होती. खिडकीच्या गजांमधून पावसाचे टपोरे टपोरे थेंब खाली ओघळत होते.

काल रात्रीच्या समरप्रसंगाला अचानक अद्भुत कलाटणी मिळून त्याचा शेवट अगदी गोड झाला होता. लेडी जेनने कमालीचा संयम व समंजसपणा दाखवत मेजरला आग पाखडण्याची संधीच दिली नव्हती. इतक्या प्रामाणिक व दिलखुलासपणे तिने त्याची माफी मागितली आणि वर त्याच्या हुद्द्याची व हुशारीची इतकी तारीफ केली की, मेजरसारखा माणूसही विरघळून गेला. त्यानंतर वातावरण एकदम हलकफुलकं होऊन गेलं. जेवणानंतर आपण बाहेरच्या हिरवळीवर बसून गळाला गाठी मारण्याचा सराव करू या असं तिनेच सुचवलं आणि तिथे विनोदी किस्से रंगवून सांगत, सर्वांना हसत ठेवलं.

एलिसला जेरेमीची आठवण आली. त्याच्या हातांचा स्पर्श आठवला. गाठी मारायला शिकवताना तो तिच्या अगदी जवळ आला होता व त्याने चेहऱ्याला लावलेल्या क्रीमचा सुगंध, तिच्या रोमारोमात भिनला होता. बहुतेक त्याला आता डॅफनेमधे रस उरलेला नसावा.

सकाळी मासे पकडायला बाहेर पडण्यापूर्वी जॉन थोडा वेळ वर्ग घेणार होता. एलिस बिछान्यातून उठली व खिडकीजवळ जाऊन उभी राहिली. समोरचं बंदरही दिसत नव्हतं. दाट धुकं आणि रिमझिम पाऊस. कदाचित आजही आपलं नशीब जोरावर असेल व जेरेमीच पुन्हा आपला जोडीदार असेल. ती धुक्यात हरवून गेली. काचा बंद केलेल्या जेरेमीच्या उबदार गाडीत बसून, त्याच्याबरोबरच्या सहभोजनाची स्वप्नं ती रंगवू लागली.

झटपट आंघोळ उरकून ती आरशासमोर येऊन उभी राहिली व केस विंचरू लागली. आज तिला नवीन केशभूषा करायची होती, पण नेहमीप्रमाणेच तिच्या केसांनी तिला साथ दिली नाही.

नाश्त्यासाठी सर्व जण एकाच टेबलावर बसलेले नाहीत हे पाहून तिचा सगळा उत्साहच गेला. कुणीतरी तिला मेजरबरोबर बसावयास सुचवले. मेजर सॉसेजेसवर ताव मारत होता. कोपऱ्यातल्या टेबलावर जेरेमी, डॅफने व लेडी जेन एकत्र बसले होते.

मेजरने एलिसकडे एक कटाक्ष टाकला व हातातल्या वर्तमानपत्रात डोकं खुपसलं. 'द टाइम्स'चा गेल्या शुक्रवारचा अंक तो वाचत होता.

''खूपंच पाऊस पडतोय ना?'' एलिसने उत्साहाने बोलण्याचा प्रयत्न केला, पण मेजरने अर्धवट हुंकार देत तिला नाउमेद करून टाकलं.

कदाचित त्याच्याबरोबर बोलण्याची माझी लायकीच नसावी असं त्याला वाटत असणार. या विचाराने ती अधिकच खिन्न झाली.

ती खुर्चीवरून उठली. खोलीच्या मध्यभागी असलेल्या एका टेबलावर काही पदार्थ ठेवले होते. तिने आपल्या प्लेटमधे थोडे उकडलेले मूग, रोल्स व ग्लासभर मोसंबीचा रस घेतला. माजलेल्या गावरान गायीसारख्या दिसणाऱ्या एक धिप्पाड सेविकेने तिला नाश्त्याविषयी विचारले. तिने लाजत उकडलेल्या माशांचा नाश्ता मागवला.

आलेला नाश्ता पाहून ती गोंधळली. तिला त्यातले फक्त बेकन, अंडी व सॉसेजेस ओळखता आले. इतर पदार्थ ती जणू पहिल्यांदाच पाहत होती.

''हे काय आहे?'' तिने मेजरला विचारले. त्याने तिच्याकडे दुर्लक्ष केलेले पाहून तिने तोच प्रश्न त्याला पुन्हा चिडून विचारला.

''हॅगिस, काळं पुडिंग आणि बटाट्याचा केक,'' मेजरने उत्तर दिलं. ''चवदार आहे. स्कॉटलंडची खासियत. मी लष्करी प्रशिक्षणासाठी जेव्हा इथे पहिल्यांदाच आलो होतो तेव्हा रोज हेच खायचो.''

''तू एसएएसमध्ये होतास?'' एलिसने विचारलं.

''नाही.'' मेजर तोऱ्यात म्हणाला. ''त्यावेळेस ते अस्तित्वातही नव्हतं. आम्हाला वेगळ्याच नावाने ओळखलं जायचं.''

''कोणत्या?''

''मी तुला नाही सांगू शकत. आम्हाला सांगायची परवानगी नाही.''

''असं?'' एलिस त्याच्या बोलण्याने भारावून गेली.

''सर्व महत्त्वाच्या लढाया माझ्या कारकिर्दीतच घडल्या.''

''म्हणजे?''

''दुसरं महायुद्ध. मला अजून आठवतं. मी नॉर्मंडीच्या किनाऱ्यावर एका तुकडीचं नेतृत्व करत होतो. अमेरिकन सैनिक लपूनछपून पळून गेले होते. ''काळजी करू नका, मित्रांनो.'' मी माझ्या सैनिकांना म्हटलं होतं, ''आपण या खेपेस जर्मनांना नामोहरम करू.'' त्यांनी माझ्यावर विश्वास ठेवला. प्रभु त्यांचं भलं करो. माझ्या शब्दासाठी प्राण द्यायची त्यांची तयारी होती. इतकी इमानदारी. आठवलं की, आजही डोळ्यांत पाणी येतं.''

एलिसच्या मनात आलं की, याक्षणी तिची आई तिथे असायला हवी होती. ''बघ, जुन्या काळची माणसं अशी इमानी होती.'' ती म्हणाली असती.

''अजून काहीतरी सांग ना?'' एलिसचे डोळे चमकत होते.

''बरं,'' मेजर खुशीत आला होता. ''तो काळ काही वेगळाच होता...''

अचानक त्यांच्या टेबलावर एक भलीमोठी सावली पडली व त्यात मेजरचा आवाज विरत गेला. लेडी जेन खट्याळपणे मेजरकडे पाहत होती. ''अरे वा! मिस विल्सनला तू, तुझ्या शौर्याच्या कथा सांगतोयस का? सॅलिसबरी पठारावरच्या चहाच्या तंबूभोवती लढलेल्या युद्धाच्या?''

आता या बोलण्यात, मेजरला घाम फुटण्यासारखे काय होते हे एलिसला कळेना. ती दोघांकडेही आळीपाळीने पाहू लागली. लेडी जेनने मानेला झटका दिला व खवचटपणे हसत ती तिथून निघून गेली.

मेजरने तिच्या पाठमोऱ्या आकृतीकडे रोखून पाहिलं व तो काहीतरी अर्धवट पुटपुटला. कपाळावरचा घाम रुमालाने पुसत तोही तिथून चटकन सटकला.

चार्ली बॅक्स्टर, मार्विन-एमी व इतर सर्व एव्हाना वर्गात जाऊन बसले होते. खोलीत शेकोटी पेटलेली होती. मगाचच्या त्या धिप्पाड सेविकेने त्या शेकोटीत चहापत्ती, कोबीचे देठ व जुनाट लाकडी काठ्या आणून टाकल्या. त्यामुळे जाळ कमी होऊन, धूरच अधिक वाढला.

हेदरने सर्वांचे गळ तपासले व गाठी नीट बांधून दिल्या. बऱ्याच जणांनी गाठ मारण्याचा प्रयत्न सोडून दिला होता. ''मला गाठ मारता येते असं उगाचंच फुशारकीने सांगू नकोस. तुला गाठ मारणं अजिबात जमत नाही.'' लेडी जेन मेजरला म्हणाली.

''पण तुम्हाला ती मारता यायलाच हवी.'' हेदरने तिला खडसावलं.

“आम्ही काय शाळेत शिकणारी लहान मुलं आहोत का?” लेडी जेन धुसफुसली. “तो बघा, तो गलिच्छ इसम पुन्हा इथे आला.”

इन्स्पेक्टर मॅक्बेथ आत आला. त्याच्या कपड्यातून पाणी ठिबकत होतं. त्याने अंगातला कोट काढला व तो शेकोटीपाशी जाऊन बसला. त्याने शेकोटीतली राख बाजूला सारली व त्यातले कोळसे व लाकडं नीट रचली. नंतर तो जेव्हा ओणवं बसून जोरजोरात नळी फुंकू लागला तेव्हा एलिस त्याच्याकडे कौतुकाने बघतच राहिली. जाळ पुन्हा भडकला.

“या हॉटेलमध्ये हिटरची सोय आहे ना?” कुडकुडणाऱ्या एमी रॉथने विचारलं. “मग कुणीतरी ती चालू का करत नाही?”

“आता तुम्ही सर्वांनी पुन्हा एकदा गळ बांधायचा प्रयत्न केला पाहिजे.” हेदरचा आवाज कानी पडला तसे सर्व जण मनातल्या मनात वैतागले, पण नाइलाजाने त्या नायलॉनच्या कपड्याशी झगडू लागले.

इन्स्पेक्टर मॅक्बेथ खिडकीजवळच्या आरामखुर्चीत मस्त पहुडला होता. पण अचानक त्याने आपले शरीर आक्रसून घेतल्याचे एलिसच्या लक्षात आले. तो अगदी अंग ताठरलेल्या कुत्र्यासारखा दिसत होता. तो उठून उभा राहिला. खोलीत पसरलेल्या त्या करड्या प्रकाशात त्याची उंच, कृश आकृती अगदी ठळकपणे उठून दिसत होती.

एलिसची उत्सुकता वाढली. ती गुपचूप चालत खिडकीजवळ आली. इन्स्पेक्टर मॅक्बेथ कुणाकडे इतका एकटक पाहतोय याची तिला उत्सुकता वाटली.

लँड रोवर गाडीतून एक सोनेरी केसांची सडपातळ मुलगी उतरत होती. तिने अंगात पिवळा ओव्हरकोट, घट्ट सुरवार व हिरवे वेलिंग्टन बूट घातले होते. तिच्या निमुळत्या सुंदर चेहऱ्यावर प्रसन्न भाव दिसत होते. गाडीमधली एक जड बास्केट उचलण्याचा ती प्रयत्न करत होती.

इन्स्पेक्टर इतक्या गर्रकन वळला. तो एलिसच्या अंगावर पडणारच होता. त्याने आपला कोट उचलला व तो चटकन् खोलीबाहेर पडला. दुसऱ्या सेकंदाला तो खिडकीच्या खाली उभा असलेला दिसला. तो त्या मुलीशी काहीतरी बोलला. ती त्याच्याकडे पाहून गोड हसली. त्याने पुढे वाकून बास्केट बाहेर काढली. मुलीने गाडी लॉक केली व ते दोघेही दूर रमतगमत जाऊ लागले. इन्स्पेक्टरने हातात बास्केट पकडली होती.

कोण बरं असेल ती, एलिस विचार करत राहिली. श्रीमंत दिसतेय आणि तिचा तो प्रसन्न चेहरा... पण त्या दोघांकडे बघून लेडी जेन नक्कीच म्हणाली असती की, दोघांचं जुळणं शक्यच नाही.

“ह्या रांगड्या माणसालासुद्धा स्वत:चं खासगी आयुष्य दिसतंय.” मार्विन रॉथचा आवाज तिला ऐकू आला.

"त्याचं काय आहे, मिस्टर रॉथ," लेडी जेन म्हणाली, "माणसाला नेहमी गुलामाची आवश्यकता भासते. आपली सर्व कामं करणारा, आपल्यासाठी घाम गाळणारा. एक गुलाम त्याला हवा असतो."

"बाई, आधी तुझं थोबाड आवर." मार्विन रॉथ खेकसला.

वातावरण पुन्हा सुन्न झालं. हेदरसारख्या खमक्या स्त्रीलाही काय करावे हे सुचेना. या सर्वांना एकटीने संभाळणं अशक्य आहे हे तिला कळून चुकलं काय भयानक बाई आहे ही. मला तर काही तिच्या बोलण्याचा संदर्भच लागत नाही, पण ज्या व्यक्तीला उद्देशून ती बोलते, ती व्यक्ती मात्र तिच्या शब्दांनी घायाळ होऊन जाते. आणि बोलताना, तिच्या घशाच्या शिरा कशा फुगून लाल लाल होतात. हे तर रक्तदाबाचं लक्षण आहे. लवकर मेली तर बरं होईल.

"बरं, आता इकडे लक्ष द्या," हेदरने जोरात ओरडून सर्वांचं लक्ष वेधलं. आपल्या चिरकलेल्या आवाजाने ती स्वत:च चकित झाली. "मी तुम्हाला जाड दोरे देते व इंग्रजी आठच्या आकाराची गाठ कशी मारायची ते शिकवते."

जॉनला खोलीत शिरताना पाहून हेदरचा जीव भांड्यात पडला. "आपल्याला आधीच उशीर झालाय." तो लगबगीने तिला म्हणाला. "त्यांना आता बाहेर पडू देत. आजसुद्धा आपण त्यांना तयार रॉड्स देऊ या. अर्थात त्याबद्दल त्यांना पैसे द्यावे लागतील. मला वाटतं फक्त मेजरकडे त्याचा स्वत:चा गळ आहे. त्यांना आपण अप्पर आल्श व आल्शच्या तळ्यावर घेऊन जाऊ या."

एलिसने आपल्या खोलीत जाऊन बूट घातले व आवश्यक त्या सगळ्या छोट्या वस्तू आपल्या हिरव्या कोटाच्या खिशात ठेवल्याची पुन्हा पुन्हा खात्री करून घेतली - कात्र्या, सुई (कृत्रिम मधमाशांचे डोळे फोडण्यासाठी, ते तिचं आवडीचं काम होतं. शिवाय गाठी सोडवायलाही सुई उपयोगी पडायची) व एक लहानसा चाकू. डोक्यावरची हॅट घालून ती झरझर जिना उतरू लागली. आता तरी आपण सराईत मासेमार वाटू अशी तिला आशा वाटत होती.

जॉन सगळ्यांना नकाशे वाटत होता. आल्शचे तळे तसे लांब अंतरावर होते. त्याच्या हॅटमधून गळणारं पाणी, त्याच्या चेहऱ्यावर ओघळत होतं. पाऊस अक्षरश: कोसळत होता. "निदान आज तरी डास-किड्यांचा त्रास होणार नाही." तो म्हणाला, "जेरमी, तू डॅफनेला बरोबर घे." एलिसचा चेहरा पडला. जॉन, हेदर, एलिस व चार्ली बॅक्स्टर एका गाडीमधून जाणार होते. लेडी जेन आपल्याकडे पाहातेय असं वाटून, एलिसने डोक्यावरची हॅट, डोळ्यापर्यंत खाली खेचली.

प्रवास संपतच नव्हता. धुक्यामुळे डोंगरही दिसत नव्हते. गाडीचे वायपर्स यांत्रिकपणे वरखाली हलत होते. एलिसने चार्लीकडे पाहिलं. तो एका कोपऱ्यात

मुटकुळं करून बसला होता. लहान मुलांशी कसं बोलायचं असतं हे एलिसला कळत नव्हतं. "काय, मजा येतेय ना?" अखेर तिनं विचारलं.

चार्लीने तिच्याकडे चिडून पाहिलं. "मुळीच नाही." तो म्हणाला. "मला ती घाणेरडी लठ्ठ बाई अजिबात आवडत नाही. ती खूप दुष्ट, वाईट आणि हलकट आहे. ती मरत का नाही? या डोंगराळ भागात कितीतरी लोक रोज मरत असतात. अनेक जण जंगलात हरवतात आणि मग उपाशीपोटी मरतात किंवा कड्यावरून खाली पडतात. या बाईचंही असंच काहीतरी व्हायला हवं."

"अरे अरे," एलिस त्याला रागावून म्हणाली. "लहान मुलांनी असं बोलू नये."

त्यानंतर बराच वेळ कुणी काहीच बोललं नाही. "तूसुद्धा अगदी मूर्ख आहेस." चार्ली सहजपणे तिला म्हणाला.

एलिस गोरीमोरी झाली. "उद्धट आहेस तू."

"तू उद्धटपणा करतेयस." चार्ली आता पिसाळला होता. "मला माहितीये, तूसुद्धा माझ्याइतकाच तिचा द्वेष करतेस."

"तू लेडी जेनबद्दल बोलतोयंस ना? ती खरंच सर्वांना त्रास देतेय." हेदर म्हणाली. "आपला ग्रुप छोटा आहे ना म्हणून तिचा त्रास जास्त जाणवतोय. खूप लोकं असती तर तिच्याकडे कुणी लक्षंही दिलं नसतं."

"मी दिलं असतं." चार्ली ठामपणे म्हणाला.

वेड्यावाकड्या वळणांमुळे व खडबडीत रस्त्यामुळे गाडी हेलकावे घेत होती. एलिसचं अंग दुखून आलं व पोटात मळमळूही लागलं.

अखेर एका ठिकाणी डावीकडे जोरात वळून झोकांडी खात त्यांची गाडी धुळीने भरलेल्या रस्त्यावर येऊन जवळजवळ आदळलीच. एलिस किंचाळणारच होती, पण तितक्यात गाडी गचका देत थांबली.

ती ताबडतोब गाडीतून खाली उतरली. तिचं अंग जड झालं होतं व ती थंडीने कुडकुडत होती.

आल्श सरोवर समोर दिसत होतं. लांबवर पसरलेल्या त्या तळ्याचं टोक, धुक्यात व पावसात गुडुप झालं होतं. टापूर-टिपूर वाजणाऱ्या पावसाच्या नादाखेरीज बाकीचं वातावरण एकदम शांत व स्तब्ध होतं. जॉन व हेदरने गाडीतून रॉड्स बाहेर काढले. तोपर्यंत इतर गाड्याही तिथे येऊन पोहोचल्या.

"बोट वल्हवायची कुणाची तयारी आहे?"

"माझी!" चार्ली जोरजोरात ओरडत म्हणाला.

"मग आज तू माझी घिल्ली असणार," लेडी जेन म्हणली. त्या पहाडी भागात नोकराला घिल्ली म्हटलं जाई. "इथे फारंच झाडंझुडपं दिसतायंत. मला तर तळ्यात उतरायला आवडेल."

"गळ्यात धोंडा बांधून जा." एमी रॉथ दबक्या आवाजात म्हणाली. एलिस आपल्याकडे बघतेय हे पाहून ती एखाद्या शाळकरी मुलीसारखी लाजली.

हेदर जराशी गोंधळली होती. लेडी जेन बरोबर होडीतून जाण्याच्या कल्पनेने चार्ली घाबरून गेला होता. पण अजूनपर्यंत तिने चार्लीला दुखावलेले नव्हते. शिवाय तासाभराने त्याची तिच्यापासून सुटका होणार होती.

"ठीक आहे," हेदर म्हणली. "मेजर आणि रॉथ हे जॉनबरोबर तळ्याच्या वरच्या भागात जाऊन मासे पकडतील. इथे आपल्याला फक्त ट्राउट्स व छोटे सामनच मिळण्याची शक्यता आहे. त्यामुळे तुम्ही हलके रॉड्स वापरा."

"मी काय करू?" एलिसने विचारलं.

"तू माझ्याबरोबर ये. मी तुला सुरुवात करून देते." हेदर म्हणाली. "जेरेमी तू डाव्या बाजूला जा. डॅफने उजव्या बाजूला जाईल. चला, निघा आता. आपल्याकडे फारसा वेळ नाहीये. आपण दोन तासानंतर पुन्हा इथेच भेटणार आहोत."

सर्वांनी आपापले रॉड्स ताब्यात घेतले. एलिस जेरेमीकडे आशेने पाहत होती. डॅफनेने माशी पकडून खिशात ठेवली होती. पण तिला ती बाहेर काढता येत नव्हती. जेरेमी तिची थट्टा करत, तिला मदत करत होता.

एलिस शहारली. पावसाचे थेंब तिच्या कॉलरमधून आत शिरले होते.

"चल एलिस." हेदर म्हणाली. "नाही नाही, रॉड असा पकडू नकोस. एक तर तो झुडपात तरी अडकेल किंवा कुणाच्या पाठीत घुसेल."

जेरेमी आता पाण्यात शिरला होता. तो धुक्यात नाहीसा होईपर्यंत एलिस त्याच्याकडे टक लावून पाहत होती.

"तुला जरा जोरात होडी चालवता येत नाही का?" लेडी जेनचा चिडखोर आवाज ऐकू आला. बिच्चारा चार्ली.

एलिस हेदर मागोमाग चालत गेली पण ती खोल पाण्यात उतरली नाही. "इकडे ये" हेदर म्हणाली. "इथून गळ सोड."

कपडे चिंब ओले झाल्याने, एलिस अगदी बावरून गेली होती. गळ मागे-पुढे करत असताना, तो झुडपात जाऊन अडकला. "नाही. हा बघ, रॉड असा धरायचा." अडकलेला हूक सोडवत हेदर म्हणाली. तिने एलिसचा खांदा घट्ट पकडला व इतक्या सुरेखपणे गळ पाण्यात सोडला की, पाण्यावर एक तरंग देखील उमटला नाही. "छान. आता आणखी एकदा."

एलिसचा खांदा दुखू लागला. तिने मनातल्या मनात स्वत:लाच शिव्या दिल्या. पायाखालच्या निसरड्या खडकावरून तिचा पाय सारखा घसरत होता. "मी जरा पुढे जाते." हेदर म्हणाली. "तुझं काम, छान चाललंय. रॉड अगदी उभा, बारा वाजण्याच्या स्थितीत आणून ठेवून द्यायचा. अजून पुढे गेलीस तरी चालेल. पाणी

फारसं खोल नाहीये. किनारा सोडून थोडी पुढे आलीस तर गळाला मासा लागायची शक्यता जास्त. शिवाय गळ झुडपात अडकणार नाही.''

मला मासे पकडणं कधी आयुष्यात जमणार नाही आणि नाही जमलं तरी मला त्याची पर्वा नाही, हे मी तिला का सांगून टाकत नाहीये? जेरेमी माझ्याकडे ढुंकूनही पाहत नाही. मला इथे अगदी परक्यासारखं वाटतंय. मात्र विचार करता करता ती गळ पकडून हळूहळू पुढे सरकत होती.

आणि अचानक तिचा हात जड झाला.

तिचं काळीज धडधडलं.

बहुतेक पुन्हा एकदा मातीचं ढेकूळ असणार. तिने रीळ गुंडाळायला सुरुवात केली. दोरीला आलेला ताण तिला जाणवत होता. गळाला अडकलेला ट्राउट मासा टुणकन हवेत उसळला व पुन्हा पाण्यात झेपावला.

''मला मदत हवीय.'' एलिस हर्षभराने किंचाळली. तिच्या चेहऱ्यावर लाली चढली होती. पण हेदर आलीच नाही, तर? मासा निसटून गेला तर? मासा निसटून जाण्याची कल्पनाही तिला असह्य झाली. अचानक तिच्या अंगात बळ संचारलं. भोवताली असलेल्या त्या पहाडांमध्ये असेल, इतकं बळ. ती जोरजोरात दोर गुंडाळू लागली.

''अगदी बरोबर,'' हेदरचा आश्वासक आवाज आला. अचानक येऊन ती एलिसच्या शेजारी उभी होती. ''आता तुझ्याजवळचं जाळं तयार ठेव.''

''जाळं. हां, हां. जाळं'' एलिस गडबडून इकडेतिकडे चाचपडू लागली, पण ते करताना तिच्या हातातला रॉड पाण्यात पडला. हेदरने चटकन वाकून तो रॉड उचलला.

''जाळं तयार ठेव.'' हेदरने तिला पुन्हा सांगितलं. एलिसला खरंतर हेदरच्या हातून रॉड खेचून घ्यायचा होता, पण हाती आलेला मासा गमावण्याच्या भीतीने ती जाळं धरून उभी राहिली. हळूहळू मासा वर येऊ लागला, पाण्यावर चमकू लागला. एलिसने त्याला जाळ्यात खेचून वर ओढले. तिला माशाची कीवही येत होती व त्याचबरोबर मासा पकडल्याचा आनंदही होत होता.

''बऱ्यापैकी मोठा आहे,'' हेदर म्हणाली. ''माझ्यामते तीन पौंडाचा असावा. आपल्या नाश्त्याची सोय झाली.'' ट्राउटच्या तोंडात अडकलेला हूक सोडवून ती सरळ चालू लागली.

''तू त्याला मारून का टाकत नाहीस?'' माशाचं तडफडणं, एलिसला सहन होईना. ''हो. खरंच की.'' एक दगड उचलत हेदर म्हणाली. तिच्या सर्व हालचाली अतिशय शांतपणे; पण तितक्याच ठामपणे होत होत्या. ''आपण त्याच्या वेदना संपवून टाकू या.''

एखाद्याचा जीव घेण्याची कल्पना लंडनमध्ये किती भयानक समजली जाते. पण या जंगली पहाडी मुलखात मात्र कुणीही कुणाचा अगदी सहज जीव घेतो. हेदरने त्या ट्राउट माशाला एका प्लॅस्टिकच्या पिशवीत ठेवून दिले. "तुला दिलेल्या बॅगेत तो ठेवून दे." ती एलिसला म्हणाली. "जेवणाची वेळ झालीय. थोड्याच वेळात सगळे येऊन हजर होतील."

फक्त एकट्या एलिसनेच मासा पकडला होता. सगळे तिच्यावर कौतुकाचा वर्षाव करत होते. जेन व चार्ली मात्र तिच्या जवळही आले नाहीत. चार्ली खूप दमल्यासारखा दिसत होता. गाडीच्या पुढच्या सीटवर बसवून हेदर त्याला गरम चहा पाजत होती.

"एलिस, तू खरंच कमाल केलीस." जेरेमी म्हणाला. "तू एकट्याने तो मासा पडकलास?"

"तू खरंच तो पकडलास?" लेडी जेननेही तिला विचारलं.

क्षणभर एलिसची चलबिचल झाली. हेदर थोडी लांब उभी होती. तिला ऐकू जाणं शक्य नव्हतं. "हो," एलिस जोरात म्हणाली. "मी एकटीने पकडला."

"आता आज दुपारी मी अगदी तुझ्याजवळ राहणार," हसत-हसत जेरेमी म्हणाला. "तुझं नशीब जोरात दिसतंय."

एलिस खूश झाली. पण तिचा आनंद फार काळ टिकला नाही. कारण आपलं खोटं बोलणं, हेदरने ऐकलंय असं आता तिला पक्कं वाटू लागलं होतं आणि दुसरं म्हणजे, आपण कार्टराइटच्या स्टेशनवॅगनमध्ये जेवत असताना डॅफने मात्र जेरेमीच्या अलिशान गाडीत बसून जेवणार या विचाराने ती जळफळू लागली होती.

जेवणाला काही चवच नव्हती. मासांचे जाड, मोठे तुकडे व तेही थंड झालेले, कोरडा केक आणि उकडलेली अंडी. पण एलिसला कधी एकदा मासे पकडायला जातेय असं झालं होतं. जर आजच्या दिवसात आपल्याला एकटीने एखादा मासा पकडता आला तर देव आपल्याला खोटं बोलल्याबद्दल माफ करेल असं तिला वाटून गेलं. गाडीत बसल्यावर काही क्षण वाटलं की, आजचा पुढचा सर्व कार्यक्रम रद्द करावा लागणार. वादळी वारा सुटला होता आणि गाडीत असूनसुद्धा पावसाचे थेंब अंगावर येत होते.

"दुपारनंतर आकाश स्वच्छ होईल असा हवामान खात्याचा अंदाज आहे," घोंगावणाऱ्या वाऱ्यात, सर्वांना ऐकू जावे म्हणून जॉनने ओरडून सांगितले. "मला वाटतं, आपण अजून अर्धा तास तरी वाट बघूया."

सगळ्यांनाच ते मान्य झालं. मासे पकडल्याशिवाय कुणालाही हॉटेलात परतायचं नव्हतं. एलिस जर मासा पकडू शकते तर कुणालाही ते शक्य आहे असंच सर्वांचं मत होतं.

''आता मला बरं वाटतंय.'' चार्ली म्हणाला. हेदरने त्याचं अंग टॉवेलने कोरडं केलं होतं. ''विचित्र बाई आहे. जरा ह्या बाजूला वल्हव. आता होडी जरा त्या बाजूला ने. आणि नंतर... नंतर म्हणते कशी, काही काळजी करू नकोस, मी आहे ना.''

''चार्ली, थोडा शांत हो.'' हेदरने त्याला दामटले. ''तू इतका का वैतागलायंस? मला सांग, लेडी जेन नक्की तुला काय म्हणाली?''

चार्लीने आपले कुरळे केस झटकले व तो काहीही न बोलता ढिम्म बसून राहिला.

लेडी जेनबद्दल आपल्या नवऱ्याशी लवकरात लवकर बोलायला हवे असं हेदरने मनातल्या मनात ठरवून टाकलं. पण एव्हाना जॉनने गाडीचं इंजीन सुरू केलं होतं. याचा अर्थ तो मेजरबरोबर तळ्याच्या वरच्या भागात जायला निघाला होता.

''तुला मी हॉटेलात परत घेऊन जाऊ का?'' हेदरने चार्लीला विचारलं.

त्याने मान हलवली. ''नाही. मला फक्त एकट्यानेच मासे पकडायचेत.'' तो म्हणाला. ''मीपण बाकींच्याबरोबर थांबणार आहे.''

एलिस मात्र स्वत:च्याच दुनियेत मश्गूल होती. पावसाला न जुमानता ती जेरेमीबरोबर पाण्यात उतरत होती. इकडे हेदर लेडी जेनला ठणकावून सांगत होती की, काही झालं तरी, चार्ली आता तिच्याबरोबर येणार नाही. हेदरने तिला मेजर, रॉथ व जॉनबरोबर वरच्या भागात निघून जायला सांगितलं.

''पाणी फारच थंड आहे.'' जेरेमी म्हणाला. ''तू ट्रॉउट कुठे पकडलास?''

''इथे, इथेच.'' एलिस म्हणाली. ''मी तुला दाखवते.'' तिने गळ जोरात हवेत उडवला. गळाला अडकवलेली माशी मागे पाण्यात जाऊन पडली. तिने कसाबसा दोर पुढे आणण्याचा प्रयत्न केला. ''मी खूप दमलेय,'' ती स्वत:ला सावरत म्हणाली. ''माझा खांदा खूप दुखतोय. म्हणून आता मला नीट जमत नाहीये.''

''हे बघ, असं करायचं असतं.'' जेरेमी तिला समजावून सांगू लागला. ''आधी पाय फाकवून उभी राहा.'' एलिस लाजली. ''डावा पाय, थोडा पुढे. रॉड हळूहळू खांद्यापर्यंत आणायचा. त्याच वेळी मनगटापासूनचा वरचा हात, शरीराच्या शक्य तितक्या अगदी जवळ असायला हवा. ज्या वेळेस तू गळाला मागे झटका देशील तेव्हा दोर, तुझ्या मागच्या बाजूला अगदी रेषेत असला पाहिजे आणि जेव्हा तुझ्या हाताला दोरीचा ताण जाणवेल तेव्हा तू गळ पुढे आणून पाण्यात सोडायला हवास.''

सिंहाला माणसाळवताना रिंगमास्टरच्या हातातली दोरी जशी थरथर कापते तशी एलिसच्या हातातली दोरी वेडीवाकडी थरथरली. ''तू नक्की स्वत:च पकडला होतास ना मासा?'' जेरेमी खदखदून हसला.

"हो. म्हणजे काय!" खोटारड्या माणसाने रागाचा आव आणून पाहावे तसे एलिसने त्याच्याकडे रोखून पाहिले.

"मी आणखी पुढे जाऊन बघतो," असे म्हणत जेरेमी तिच्यापासून लांब जाऊ लागला. "मला वाटतं, कदाचित डॅफनेचंही नशीब उजळलेलं असायचं."

मूर्ख डॅफने. डॅफनेचं नाव निघताच, एलिसच्या अंगाचा तीळपापड झाला. तिचा सगळा उत्साहच मावळला. ती एकटीच थंडीने कुडकुडत असहायपणे उभी राहिली.

काहीही करून जेरेमी आपल्यापाशी परत यायलाच हवा.

शिकवलेल्या सर्व गोष्टी, तिने शांतपणे आठवण्याचा प्रयत्न केला. पायाखालच्या निसरड्या खडकावर ती नीट तोल संभाळून उभी राहिली. तिने गळ पकडला व जेरेमीचा गळ, मागे येताना ज्या रेषेत येईल त्याच ठिकाणी आपला गळ सोडून दिला.

'आता कसा पळून जाईल? बरोबर पकडला त्याला,' ती मनातल्या मनात म्हणाली व मग जेरेमीला ऐकू जाईल इतक्या मोठ्या आवाजात ओरडली, "सॉरी, जेरेमी डार्लिंग मला वाटतं, मी नेमकी तुझ्यात अडकलेय." एलिसच्या मनात आलं की, तोसुद्धा लाडात येऊन म्हणेल, "तू तर मला खूप आधीच अडकवलंयस." आणि मग हळूच आपल्याजवळ येऊन मला घट्ट मिठी मारेल.

पण तो वैतागून म्हणाला, "मूर्ख कुठची. गळ टाकण्यासाठी अख्खं तळं पडलं होतं. आता इकडे ये आणि अडकलेला हूक सोडवायला मला मदत कर."

एलिस पार ओशाळून गेली. ती धडपडत जेरेमीजवळ गेली. त्याच्या जॅकेटच्या मागच्या बाजूला हूक अडकला होता. तिने तो पिरगळून काढण्याचा प्रयत्न केला. अखेर तो सुटला, पण जॅकेटला छोटं भोक पडलं होतं.

जेरेमीने खांद्यावरून मागे पाहू लागला. "बघ, काय केलंस ते. आता माझ्या जवळपासही फिरकू नकोस." तो भराभर चालत दूर निघून गेला.

जेरेमीच्या बोलण्याने ती खूपच दुखावली गेली होती. जणू तिचं स्वप्न धुळीला मिळालं होतं. माझ्या जागी एखाद्या मोठ्या घराण्यातली व्यक्ती असती तर तो असं मुळीच वागला नसता.

ती वळली व संथपणे चालू लागली. दिवस संपेपर्यंत शांतपणे गाडीत बसून राहायचं, तिने ठरवलं.

कशीबशी तोल सावरत, धडपडत ती किनाऱ्यापाशी पोहोचली. अचानक पाणी सोन्यासारखे चमकू लागले. मंद लाटांवर लालपिवळी प्रकाशकिरणं लहरू लागली. पश्चिमेला आकाशाचा रंग झपाट्याने निळा होत चालला होता. भोवतालचे महाकाय, प्राचीन पहाड, आपल्या विद्रूप खडबडीत आकारासह दिमाखाने उभे होते.

जांभळ्या फुलांचे गुच्छ प्रकाशाने न्हाऊन झगमगत होते. एलिसच्या चिंब भिजलेल्या हॅटवर आता सूर्य तळपू लागला होता.

"एलिस! एलिस!" जेरेमी ओरडत, पाणी कापत, तिच्याच दिशेने येत होता. त्याच्या हातात एक छोटा ट्राउट दिसत होता.

"तू म्हणजे कमाल मुलगी आहेस. मला ठाऊक होतं, तुझ्यामुळे माझं नशीब उजळणार." त्याने तिला मिठीत घेतलं. त्याच्या हातातला मासा तिच्या मानेला गुदगुल्या करत राहिला.

एलिसच्या ओठांवर हास्य उमटलं. ती एकदम नरकातून स्वर्गात उतरली होती. "चल माझ्याबरोबर." जेरेमी म्हणाला. "माझ्या गाडीत ब्रँडी आहे. आपण थोडी मौज करू."

जेरेमी ब्रँडीचा फ्लास्क घेऊन आला. एलिसने अंगातला ओला कोट व हॅट काढून गवतावर सुकत ठेवली. जेरेमी तिच्या बाजूला येऊन बसला व त्याने तिच्या हातात ब्रँडीचा फ्लास्क दिला. तिने एक मोठा घुटका घेतला.

मद्याचा गरम घोट पोटात शिरताच, तिच्या मेंदूत झिणझिण्या आल्या. तिला सुखाची भोवळ आली. मगाशी झालं ते प्रेमातलं पहिलं भांडण होतं. लग्न झाल्यावर ते भांडण आठवून आपल्याला किती हसायला येणार आहे. ती पुन्हा एकदा स्वप्नात तरंगू लागली होती.

गरम ब्रँडी व स्वच्छ सूर्यप्रकाश यांमुळे उत्साहित होत त्यांनी पुन्हा तळ्यावर जाऊन मासे पकडायचे ठरवले. एलिसने खूप प्रयत्न केला. जेरेमीसमोर जर आपण एकटीने ट्राउट पकडला तर आपलं सर्व पाप धुतलं जाईल या कल्पनेने ती न थकता, गळ धरून बसली होती.

हेदरचा आवाज तिला ऐकू आला. दुपारचे चार वाजले होते. ती सर्वांना गाडीजवळ बोलावत होती. हॉटेलात परत जाऊन पुन्हा वर्गात हजर व्हायचे होते.

आता एलिसलाही त्या शाळेचा कंटाळा येऊ लागला होता. हॉटेलातल्या हिरवळीवर बसून इतकी सुरेख संध्याकाळ का म्हणून वाया घालवायची?

जॉन कार्टराइटने वर्गात बोलायला सुरुवात केली आणि सर्वांना दिवसभराचा थकवा जाणवायला लागला. वर्गात जरी उन्हाच्या झळा लागत असल्या तरी खोलीतली शेकोटी अजून पेटलेलीच होती. त्या सूर्यप्रकाशात, शेकोटीच्या ज्वाळा अगदीच फिकट दिसत होत्या. खिडक्यांवर निळ्या किड्यांची गुणगुण सुरू होती.

हेदर आपल्या हातांच्या सफाईदार हालचालींनी, गळाला माशी कशी बांधायची याचे प्रात्यक्षिक दाखवत होती. दुसरीकडे जॉन त्यांना कोरड्या व ओल्या माशींचे वैशिष्ट्य विशद करून सांगत होता. टूप इन्डिस्पेंसेबल, लिटल क्लॅरेट, विकमन्स

फॅन्सी, ब्लॅक पेन्नेल आणि कार्डिनल अशी ती माशींची नावं ऐकून त्या पेंगुळलेल्या गरम हवेत रंगीबेरंगी धूलिकण तरंगत असल्यासारखे वाटत होते. "ही तर शर्यतीतल्या घोड्यांची नाव वाटतात." जेरेमी अर्धवट झोपेत बरळला.

एलिसचे डोळे मिटू लागले होते. मेजर तर एखाद्या म्हाताऱ्या कुत्र्यासारखा, आरामखुर्चीत झोपून गेला होता. रॉथ पतिपत्नी एकमेकांच्या अंगावर रेलले होते. बाजूच्या शेकोटीवर एका सुखी, समाधानी जोडप्याचं चित्र लटकत होतं. कोवळ्या उन्हात बसून उब घेणाऱ्या सरड्याप्रमाणे लेडी जेनचे डोळे अर्धे मिटले होते. डॅफने मात्र नेलपॉलिश लावत होती.

अचानक एलिसचे डोळे खाडकन उघडले गेले. त्या खोलीमध्ये जणू एक अनामिक भीतीची छाया गडद पसरत चालली होती. फक्त एलिसलाच ती जाणवत होती.

जॉन आपलं बोलणं पुढे रेटत होता, पण हेदरने मात्र आपलं प्रात्यक्षिक थांबवलं होतं. ती एक पत्र वाचत होती. वाचता-वाचता ती एकदम दचकून उभी राहिली. तिने डोळे उंचावून लेडी जेनकडे पाहिलं. लेडी जेन तिच्याकडे बघून हसत होती. ते हास्य निर्भेळ नक्कीच नव्हतं.

हेदरचा चेहरा पांढराफटक पडला होता. तिने जॉनच्या हातात ते पत्र सरकवलं. त्याने पत्रावरून नजर फिरवली व मग तो बारकाईने वाचू लागला.

"वर्ग संपलेला आहे," त्याने हातातले पत्र खाली ठेवत जाहीर केलं व उगाचंच हसण्याचा प्रयत्न केला.

"कुणाचं पत्र असावं?" जेरेमी एलिसच्या कानात कुजबुजला. "का कुणास ठाऊक, पण लेडी जेनसंबंधी असावं असंच मला वाटतंय."

"जेवणापूर्वी एक ड्रिंक घेऊ या का?" डॅफनेने त्याला विचारलं.

"तू पैसे भरणार असशील तर." जेरेमी तिला खट्याळपणे म्हणाला.

"हेच का तुझं स्त्रीदाक्षिण्य?" डॅफनेने त्याच्या हातात हात सरकवला व ती दोघे बाहेर निघून गेली. एलिस चिडून ओठ चावू लागली.

"मी सांगितलं ना तुला, तू निष्कारण वेळ वाया घालवतेयंस." लेडी जेनचं धूड एलिससमोर येऊन उभं ठाकलं.

एलिसचं पित्त उसळलं. "तू एक विकृत बाई आहेस."

तिच्या बोलण्याने लेडी जेनला गुदगुल्याच झाल्या. "अरे, अरे, काचेच्या घरात राहणाऱ्या लहान मुलींनी उगाच दगड फेकू नयेत. आता आपलं दगड फेकायचं वय संपून गेलंय. होय ना?"

एलिस तिच्याकडे भयचकित होऊन पाहतंच राहिली. म्हणजे? तिला सगळं माहीत आहे तर! ती आता जेरेमीला सांगेल. सर्वांना सांगेल.

रडवेली होत ती आपल्या खोलीपर्यंत अक्षरश: धावत गेली. खोलीत शिरताच तिने बिछान्यावर अंग झोकून दिलं व उशीत डोकं खुपसून ती कितीतरी वेळ रडत राहिली. मग हळूहळू तिला भोवतालच्या पहाडांचं, समुद्राचं, बंदराचं त्या सगळ्या जंगली हिंस्रपणाचं भान येऊ लागलं. या रानटी भागात क्षणाक्षणाला अपघात होत असतात. इथे काहीही घडू शकतं. एलिसच्या डोळ्यासमोर एक विचित्र प्रतिमा तरळू लागली. सामन तलावाच्या पाण्यावर तिला लेडी जेनचा मृतदेह तरंगताना दिसू लागला. लेडी जेनचा निर्जीव चेहरा फुगून अधिकच जाड झाला होता. त्याच गुंगीत एलिसला गाढ झोप लागली.

तिला जाग आली तेव्हा खिडकीबाहेर अजूनही उजेड दिसत होता. उन्हाळ्यातील रात्री खूप मोठ्या असतात याची तिला कल्पना नव्हती.

तिचं लक्ष घड्याळाकडे गेलं. रात्रीचे दहा वाजले होते. ती घाईघाईने उठली व कपडे बदलून तयार झाली. पण ती जेव्हा खाली उतरली तेव्हा जेवण आटपून सर्व जण आपापल्या खोल्यांमध्ये परतले होते. तिला फक्त सँडविचवर समाधान मानावे लागले. बारमनने तिला सांगितले की, ती 'फेब' बाहेर फिरायला गेली आहे आणि तिच्याबरोबर बहुदा ती जाडी बाई असावी. 'फेब' म्हणजे काय असं एलिसने विचारताच तो गडबडून हातातले ग्लास जोरजोरात पुसू लागला.

चार्ली बॅक्स्टर, ॲन्स्टे नदीवर बांधलेल्या अर्धवर्तुळाकार पुलावर उभं राहून पाण्यामध्ये झाडांचा पाचोळा फेकत होता. उसळत्या पाण्याच्या भोवऱ्यात तो पाचोळा गर्रकन फिरायचा व उंच उडून पुन्हा रस्त्यावर फेकला जायचा. तो आपल्या खोलीत झोपलाय अशीच त्याच्या मावशीची म्हणजे मिसेस पार्गेटरची समजूत असणार. पण तो कपडे घालून खिडकीतून पसार झाला होता. या आठवड्याच्या अखेरीस येतेय असे त्याच्या आईचे आजच पत्र आले होते. आईच्या भेटीची त्याला जेवढी उत्सुकता वाटत होती, तितकीच भीतीही वाटत होती. आपल्या वडिलांना आपण पुन्हा कधीच भेटू शकणार नाही यावर त्याचा अजूनही विश्वास बसत नव्हता. आईवडिलांच्या घटस्फोटाची केस चांगलीच गाजली होती. सगळे कायदे धुडकावून व उलटसुलट युक्तिवाद करत अखेर तिच्या आईने केस जिंकली होती आणि चार्लीचा ताबा मिळवला होता. आता तो आयुष्यात पुन्हा कधीही वडिलांना भेटू शकणार नव्हता. हा सगळा आपलाच दोष आहे असं वाटून तो अस्वस्थ झाला होता. आपण शहाण्या मुलासारखं वागलो असतो तर आपले आईवडील एकत्र राहिले असते. तो पुलावरून उतरत, हॉटेलच्या दिशेने चालू लागला.

समुद्र व आकाश एकाच करड्या रंगाचे दिसत होते. दोघांवरही हळूहळू

काळोख पसरू लागला होता. गावामागचे ओबडधोबड डोंगर कुणावरतरी हल्ला करण्यासाठी दबा धरून बसल्यासारखे दिसत होते.

चार्ली बंदराच्या कडेने चालत होता. रात्रीच्या मासेमारीसाठी मच्छिमारांची तयारी सुरू होती. मी तुमच्याबरोबर समुद्रात येऊ का असे तो त्यातल्या एकाला अगदी विचारणारही होता, पण त्यासाठी ते आपल्या मावशीची परवानगी विचारणार हे लक्षात आल्यावर त्याने तो विचार डोक्यातून लगेच काढून टाकला होता. तेवढ्यात त्याच्या मागून कुणीतरी अतिशय मृदू आवाजात म्हणाले, "बाळ, तू यावेळेस आपल्या बिछान्यात असायला हवास. नाही का?"

चार्लीने वळून पाहिले. इन्स्पेक्टर मॅक्बेथची उंच आकृती, काळोखातही स्पष्ट दिसत होती.

"मी घरीच निघालो होतो." चार्ली पुटपुटला.

"ठीक आहे. मीही तुझ्याबरोबर येतो."

"खरं म्हणजे, मी बाहेर पडलोय हे माझ्या मावशीला ठाऊक नाही."

"तर मग मीही मिसेस पार्गेटरला उगीच काळजीत टाकणार नाही." हॅमिश शांतपणे म्हणाला. "आपण उतारावरच्या रस्त्याने जाऊ या."

इन्स्पेक्टर मॅक्बेथ वळत असतानाच, हॉटेलच्या एका उघड्या खिडकीतून त्याला आवाज ऐकू आला. "आधी ते बाहेर फेकू दे. ते म्हणजे जहर आहे." चार्लीने हेदरचा आवाज ओळखला. त्यापाठोपाठ जॉन कार्टराइटचा आवाज ऐकू आला. "ठीक आहे. पण तू उगाचंच नको तितकी काळजी करतेयस. मी तो तळ्यात फेकून देतो म्हणजे आपल्याला सुखाची झोप लागेल."

निळ्या कागदाचा एक बोळा, चार्लीच्या बाजूने वेगात आला व किनाऱ्यावरच्या गुळगुळीत दगडांवर आदळला. एव्हाना समुद्राच्या भरतीला जोर चढला होता.

चार्लीने तो बोळा उचलला. ते एक आंतर्देशीय पत्र होते. "दुसऱ्याची पत्रं कधीही वाचायची नसतात." हॅमिशने त्याला खडसावले. "कुणी अगदी ते भिरकावून दिलेले असले तरीही."

"मी पत्र वाचणारंच नव्हतो. त्यावर एक सुंदर स्टॅम्प आहे. ऑस्ट्रियाचा."

काही अंतरावर त्यांना रॉथ जोडपे दिसले. "हाय," मार्विनने चेहरा हसरा ठेवण्याचा प्रयत्न केला.

"आजची रात्र फारच सुरेख आहे." इन्स्पेक्टर म्हणाला. अमेरिकन जोडपे आपल्या वाटेने निघून गेले. चार्लीने ते पत्र झटकन आपल्या खिशात कोंबले.

मावशीचे घर जवळ आले तसा चार्ली लाजत म्हणाला, "मला इथेच सोडशील का? तिला जाग येऊ न देता घरात कसं शिरायचं हे मला पक्कं ठाऊक आहे."

हॅमिशने मान डोलावली, पण चार्ली घरात शिरेपर्यंत तो बागेत उभा राहिला.

नंतर तो हळूहळू चालत आपल्या घरी आला. टाऊझर कुत्र्याने तोंडातून लाळ गळवत त्याचे स्वागत केले. हॅमिशने त्याला थोपटले, पण तो आपल्याच विचारात मग्न होता. जॉनच्या वर्गातल्या त्या माणसांमध्ये त्याला काहीतरी वैचित्र्य जाणवत होते व ते त्याला अस्वस्थ करत होते.

दिवस तिसरा

जिभेवर विखारी विचार वळवळत असतात; तुम्ही जेव्हा खोटं बोलता, तेव्हा ती धारदार वस्तऱ्याप्रमाणे कापत जाते.
- एका धार्मिक प्रार्थनेमधून

एलिस उत्साही दिसत होती. यापुढे कायम आनंदी राहायचे तिने ठरवले होते. खरंतर कसल्यातरी धसक्याने तिला सकाळी सहा वाजता जाग आली होती. तिने कपडे बदलले व हॉटेलमागच्या टेकडीवर चालत जायचे ठरवले.

साऱ्या परिसरावर पातळ धुक्याचा थर पसरला होता. दवामुळे गवताचे रान व रानटी झुडपं मोत्यासारखी चमकत होती. सरोवराच्या प्रवाहाला, झुळझुळीत वस्त्रासारख्या चुण्या पडल्या होत्या. कॅलेडोनियन जंगलाचे शेवटचे अवशेष म्हणून ओळखल्या जाणाऱ्या पाइन वृक्षाच्या खोडांनीही धुकं पांघरून घ्यायची संधी सोडलेली नव्हती. एलिसच्या पडणाऱ्या हळुवार पावलांनी, गवतात लपलेले ससे दचकून पळत होते. एका खारीने तिच्याकडे काही क्षण टकमक पाहिले व झाडावर टुणकन उडी मारून ती पसार झाली.

एलिस एका खडकावर बसली आणि तिचं मन पुन्हा सैरभैर होऊ लागलं. लहानपणी केलेल्या एका आचरटपणामुळे तिच्यावर बालगुन्हेगार कोर्टात उभं राहायची वेळ आली होती. पण ती फार जुनी गोष्ट होती. तिच्या शेजाऱ्यांनाही आता ती गोष्ट आठवतही नसेल. मग लेडी जेनला ती समजणं तर शक्यच नव्हतं. फारसा खप नसलेल्या एका पेपरात, दुसऱ्या पानाच्या तळाशी त्या वेळी ती बातमी छापून आली होती. त्यादिवशी ती बातमी वाचताना मात्र, साऱ्या जगाच्या नजरा आपल्यावरच खिळल्या आहेत असं तिला वाटलं होतं. पण आता ती मोठी, शहाणी झाली होती. आपण म्हणजे हळवेपणाचा कळस

आहोत. कुणी जरा काही बोललं तर त्यावर आपण नको तेवढा विचार करतो. कोण ही लेडी जेन? मूर्ख, हलकट, अतृप्त बाई. जेरेमी म्हणत होता की, तिने लॉर्ड जॉन विंटर्सशी लग्न केलं होतं. विल्सन सरकार असताना तो संसदेत मागच्या बाकावर बसून आदळआपट करत राहायचा. त्याने काय सामाजिक कार्य केलं कुणास ठाऊक, पण त्याबद्दल त्याला लॉर्ड हा किताब मिळाला होता. पण त्यानंतर दोन महिन्यांतच तो हृदयविकाराच्या झटक्याने मेला होता.

आणि ती एक डॅफने गोर. एलिसला तिच्या पैशाचा व शांत स्वभावाचा फार मत्सर वाटायचा. लेडी जेननेही अजून तिच्यावर पंजा उगारला नव्हता. पण एलिस काहीही करून जेरेमीला डॅफनेच्या जाळ्यात अडकू देणार नव्हती. तसं पाहिलं तर, लेडी जेनने अजून जेरेमीलाही दुखावलेलं नव्हतं. उत्तम शिक्षण व पैसा असला की, कुणीही तुमच्याकडे वाकड्या नजरेने पाहू शकत नाही.

जॉन कार्टराइट दचकून जागा झाला. त्याला असं घाबरून उठायची कधीच सवय नव्हती. नवीन वर्ग सुरू होताना त्याच्या पोटात गोळा येत असे, पण थोड्याच वेळात त्याची सर्व भीती पळूनही जात असे. आपल्या आवडत्या मासे पकडण्याच्या छंदावर आपण पैसे कमावतोय या आनंदाने मग त्याचा ऊर भरून येत असे.

या क्षणी मात्र त्याच्या मनाच्या अवकाशात लेडी जेन नावाचा काळाकुट्ट ढग गडगडाट करत होता.

कदाचित त्याने गेल्या दोन दिवसांत घडलेल्या गोष्टी फारच मनाला लावून घेतल्या होत्या. पण त्याने किंवा हेदरने याखेपेस आपले काम तितकेसे चोख बजावलेले नव्हते. एरवी ते गळ बनवणं, गळ टाकणं यांसारख्या महत्त्वाच्या गोष्टी अतिशय काटेकोरपणे शिकवत असत. पण अजूनपर्यंत त्यांनी सर्वांना जास्तीत जास्त वेळ वेगवेगळ्या सरोवरांवर नेण्याचेच ठरवले होते. त्या सर्वांना एकमेकांपासून दूर ठेवलं तरच वातावरण निवळण्याची शक्यता त्यांना वाटत असावी. लेडी जेनपासून ते कुणालाही कायदेशीर संरक्षण देऊ शकत नव्हते. समोर दोनच पर्याय होते. एक म्हणजे प्रभूची करुणा भाकायची किंवा लेडी जेनचा खून करायचा. पण जॉनचा ईश्वरावर विश्वास नव्हता व खूनखराबी त्याला आवडत नसे. काल रात्री मात्र लेडी जेनने सर्वांवर भुरळ घातली होती व ती स्वतःही मजेत वावरत होती. तिचा एखादा गुण हेरून, आपण तिला थोडे खूश करायला हवे. पण तिच्याकडे गुण असला तर तो आपण हेरणार ना!

वर्ग सुरू झाला तेव्हा धुके निवळलेले होते. याचा अर्थ दिवसभर चांगलेच उकडणार होते. एलिसने फिकट निळा ब्लाउज व पांढरी अर्धी पँट घातली

होती. त्यामुळे तिचे लांबसडक पाय लक्ष वेधून घेत होते. तिने कपड्यावर मारलेला पर्फ्युम, जेरेमीला आवडला असावा. हलक्या दर्जाचा पर्फ्यूम वापरणाऱ्या स्त्रिया ह्या चट्कन गटवता येतात. त्यांना पाहून बिछान्यावर अस्ताव्यत पडलेल्या चादरींची आठवण होते. एलिस अगदी तन्मयतेने गाठ मारण्याचा सराव करत होती. तिचे भुरभुरते तपकिरी केस सारखे तिच्या चेहऱ्यावर येत होते. तो तिच्या इतका जवळ बसला की, त्याच्या पोटऱ्या तिच्या उघड्या पायांना घट्ट चिकटल्या. एलिस शहारली. तिच्या हातांना कंप सुटला. "आज तू भलतीच सुंदर दिसतेयस," असं म्हणत जेरेमीने हळूच तिचा गुडघा दाबला. एलिस मोहरून गेली. आपल्याऐवजी आपले गुडघेच लाजेने चूर होणार असे तिला वाटून गेले.

"एक तरुण पुरुष, लग्न न झालेल्या मुलींच्यामागे पिंगा घालतोय हे बघून खूप बरं वाटलं," अख्ख्या जगाला ऐकू जाईल इतक्या मोठ्या आवाजात लेडी जेन म्हणाली. "मी अगदी जुन्या वळणाची स्त्री आहे. व्यभिचार हे मी सर्वांत मोठं पाप समजते आणि त्याच्या खालोखाल, घरातल्या मोलकरणींशी संग करणे."

एखाद्या गाजलेल्या सिनेमात शोभावं असं ते वाक्य होतं, पण कुणीच त्याची फारशी दखल घेतली नाही. जेरेमी व डॅफने गोरला मात्र हे शब्द चांगलेच झोंबले होते. जेरेमीने एलिसच्या गुडघ्यावरून हात बाजूला केला व तो एकदम स्तब्ध बसून राहिला. डॅफनेच्या हातातला कॉफीचा कप खाली पडला व तिने खूप चिडचिड केली.

"यातून कधीच काही चांगलं निष्पन्न होत नाही." लेडी जेनचं बोलणं अजून संपलेलं नव्हतं. "मला अशी खूप उदाहरणं माहिती आहेत. स्पॅनिश वेटर्सबरोबर पळून गेलेल्या मुलींनी, आपल्या आयुष्याचं वाटोळं करून घेतलंय आणि बारमधल्या लग्न झालेल्या सेविकांनी कितीतरी तरुणांना नासवलंय. मला तर ऐकूनसुद्धा किळस येते."

बराच वेळ कुणी बोललं नाही. डॅफनेची धुसफुस सर्वांनाच दिसत होती. जेरेमी तर हादरल्यासारखा वाटत होता.

"बरोबर आहे तुझं," इन्स्पेक्टर मॅक्बेथ गंभीर आवाजात म्हणाला, "पण आपल्यापैकी काही जण वयाचा व साळसूद चेहऱ्याचा फायदा उठवत आपली लफडी लपवत असतात. काय लेडी जेन, खरं आहे ना?"

"ऑफिसर, तुला माझा अपमान करायचाय?"

"मला? अजिबात नाही. उलट मला तर असं वाटतंय की, तुझा अपमान कोणीच करू शकत नाही."

लेडी जेनच्या पातळ ब्लाउजमधले दोन अवाढव्य स्तन, तिच्या जड श्वासाबरोबर गदागदा हलले. एलिसला तर तिचं शरीर म्हणजे एक भलमोठं जहाज वाटलं. कोणत्याही क्षणी ते काळंनिळं पडेल व स्फोट होऊन त्याच्या ठिकऱ्या ठिकऱ्या उडतील.

"तुला काय वाटलं, मला तुझ्या दरिद्री कुटुंबाची माहिती नाही?" लेडी जेन हॅमिशला म्हणाली. "म्हणून तर तुला इथे येऊन भिकाऱ्यासारखी कॉफी प्यावी लागतेय. तुझ्यावर सहा लहान भावंडांना संभाळायची पाळी आलीय ना? आणि तुझे ते म्हातारे आईवडील रॉस आणि क्रोमार्टी? वय झालं तरी मुलं काढतंच राहिले. त्यांच्यावर लवकरच लुळंपांगळं व्हायची वेळ येणारेय."

"लुळंपांगळं झालेलं परवडलं. नशिबाने अजून तरी ते धडधाकट आहेत, पण चाळीशीतच तुला असं बेढब, विद्रूप आणि वांझोटं व्हावं लागलं याचं मात्र खूप वाईट वाटतं." हॅमिशने गोड हसत उत्तर दिलं.

"तुझे हाल हाल होतील." लेडी जेन कडाडली. "मी कोण आहे, तुला ठाऊक आहे?"

"नाही!" एमी रॉथ शांतपणे म्हणाली. "आम्हाला ठाऊक नाही."

किनाऱ्यावर येऊन पडलेल्या ट्राउट माशासारखं, लेडी जेनचं तोंड उघडलं गेलं व दुसऱ्याच क्षणाला गपकन बंद झालं.

"राणी, तू तर तिचं तोंडच बंद केलंस," मार्विन रॉथ म्हणाला. "समजते कोण ही स्वत:ला? आपल्या तिखट जिभेने ही इतरांना घायाळ करू शकत असेल, पण मी न्यू यॉर्कमध्ये जन्म घेतलाय व तिथेच मोठा झालोय. एमी तर ऑगस्टा, जॉर्जिया ब्लँचर्डची आहे. हिंमत असेल तर कुणी आमच्या वाट्याला जाऊन दाखवावं."

लेडी जेनने आपला पवित्रा बदलला. क्षणापूर्वी वाटलं होतं की, आता हिला हृदयविकाराचा झटका येऊन ती आपल्या नवऱ्याच्याच वाटेने संपून जाणार. पण ती तर चक्क एमी रॉथकडे पाहून गोड हसत होती.

"काय सांगतेस?" ती लाडिकपणे म्हणाली. "तू ब्लँचर्डची आहेस?"

"होय मॅडम," एमी गर्वाने म्हणाली. "रॉकफेलरइतकी एमी श्रीमंत आहे."

"प्लीज" जॉन कार्टराइट ओरडला. "आता मला बोलू द्या. नाहीतर शिकवायला सुरुवातच करता येणार नाही."

वर्गातल्या खुर्च्या अर्धवर्तुळाकार लावल्या गेल्या. हेदरने भिंतीवर एक पांढरा शुभ्र पडदा टांगला व आपला छोटासा प्रोजेक्टर सुरू केला.

"किती मिणमिणती चित्रं दिसताहेत." लेडी जेन कुरकुरली.

जॉनची कानशिलं गरम झाली, पण तरीही त्याने संयम ठेवला. चित्रं सरकत

होती. सामन मासे समुद्रातून नदीत कसे येतात, नदीत आल्यावर ते अंडी घालतात व परत समुद्रात कसे निघून जातात याच्या क्लिप्स दिसत होत्या.

"आम्ही आमच्या वर्गाची फी फार जास्त आकारत नाही." जॉन म्हणाला. त्यावर लेडी जेन मुद्दाम खाकरली. "अतिशय वाजवी फी आहे." जॉननेही मुद्दाम पुन्हा बोलून दाखवले. "चांगल्या जातीच्या सामन माशांची अंडी गोळा करून ती वेगळ्या पद्धतीने उबवली जातात व नंतर ते मासे पकडण्यासाठी खूप पैसे मोजावे लागतात. लहान आकाराचे सामन पकडण्यासाठी गळाला माशी लावली जाते. त्यासाठी ट्राउट मासे पकडण्याचाच रॉड वापरला जातो. पण मोठा सामन पकडण्यासाठी मात्र कसलेले मच्छीमार मोठ्या रॉडचा वापर करतात. तो रॉड दोन्ही हातांनी पकडावा लागतो. त्यासाठी मोठ्या आकाराचे रीळ, वजनदार दोर, जड असलेला गळ व मोठी माशी वापरावी लागते."

"जर आपल्या देशात चांगलं सरकार असतं," लेडी जेनने पुन्हा आपलं नाक खुपसलं. "म्हणजे थॅचरबाईंची हुकूमशाही नसती तर अगदी गरीबातला गरीब माणूसही सामन मासे पकडू शकला असता."

जॉनने एक मोठा उसासा सोडला व हेदरला प्रोजेक्टर बंद कर असे खुणेने सांगितले. खरंतर त्याला व हेदरला सदर्लंडचा किनारा फार आवडायचा. तिथल्या नद्या, डोंगर व सरोवरांची दृश्य दाखवत तो नेहमी आपलं भाषण संपवत असे. पण ह्या अरसिकांसमोर ते निसर्गसौंदर्य वाया जाणार या विचाराने त्याने वर्ग आटोपता घेतला. "आज आपण सदर्लंडच्या वरच्या भागात जाऊन मासे पकडणार आहोत. तिथ अनेक छोटी सरोवरं आहेत. दोन सरोवरांमध्ये फारसं अंतर नाही व तिथे मासे पकडणं खूपच सोपं आहे. उन्हाळ्यात, माशांना धबधब्यांमधून खाली जाता येत नाही. त्यामुळे ते नदीच्या वरच्या भागात येऊन राहतात. हेदर तुम्हाला नकाशे देईल. त्या नकाशावर 'स्लो' पुलाच्या भोवती खूण केलेली आहे. या ठिकाणी बरेच सामन मासे मिळतात. विशेषत: उजव्या बाजूच्या किनाऱ्यावर भरतीच्या वेळी सामन पकडणं अधिक सोपं जातं. आता मी व हेदर एलिस आणि चार्लीला घेऊन पुढे निघतो. इतर सर्वांनी आमच्या मागोमाग यायचं आहे."

दिवस फारच मस्त, उबदार होता आणि गाडी पहाडी मुलखातून भरधाव जाऊ लागल्यावर, चार्लीसारखा एरवी स्वतःच्याच कोषात असलेला मुलगाही मजेत शीळ घालत होता. मध्येच एक लष्करी विमान इतक्या खालून उडत गेले की, त्या आवाजाने सर्वांच्या कानात दडे बसले. "जॅग्युअर" चार्ली ओरडला.

जॉनने रेडिओ सुरू केला. कानठळ्या बसणारे, गॅलिक भाषेतले गाणे ऐकू येऊ लागले. जॉनने पुन्हा बटण फिरवले. "एखादे इंग्लिश गाणे ऐकायला

मिळेल का?'' त्या गॅलिक गाण्याने आपण शहरी संस्कृतीपासून तुटत चाललो आहोत याची एलिसला प्रकर्षाने जाणीव झाली. ''शी इज गॉट अ टिकिट टू राइट'' बीटल्सचा धमाका सुरू झाला तशी सर्वांनी खळखळून हसत कोरसमध्ये म्हणायला सुरुवात केली. तळपता सूर्य व स्वच्छ हवा यामुळे वातावरण इतकं सुंदर झालं होतं की, लेडी जेनचा विचारही कुणाच्या मनात येत नव्हता.

गाडी खूप मोठी असल्यामुळे त्यात गळ, दोऱ्या, रॉड्स वगैरे सर्व गोष्टी अगदी आरामात मावत होत्या. पण एलिसला मात्र या गोष्टीचे मनातून वाईट वाटत होते. गाडीच्या खिडकीतून बाहेर आलेले रॉड्स जर लोकांना दिसले असते तर सामन पकडणारे आपण एक व्यावसायिक मासेमार आहोत हे साऱ्या जगाला कळले असते आणि आपला भाव वधारला असता.

एका जुन्या, खाणीपाशी येऊन गाडी थांबली. सर्व जण खाली उतरले. तोपर्यंत इतर गाड्याही येऊन पोहोचल्या. लेडी जेनने, ग्रीक मासेमार वापरतात तशी हॅट घातली होती. त्यामुळे बाकदार नाक असलेला तिचा बटबटीत चेहरा अधिकच विचित्र दिसत होता.

जॉनने गाडीच्या बॉनेटवर नकाशा पसरला व दोघा-दोघांच्या जोड्या निवडून, त्यांना कुठल्या भागात पाठवायचे हे ठरवून टाकले. डॅफने व लेडी जेन 'काम पुला'वर जाणार होत्या. त्या पुलाच्या वरच्या भागातील प्रवाहात सामन मिळण्याची अधिक शक्यता होती. मेजर व जेरेमी 'स्लो पुला'वर जाणार होते. रॉथसाठी 'सिल्व्हर बँक' व एलिस आणि चार्लीसाठी 'शोलिंग' ह्या जागा ठरवण्यात आल्या. एलिस-चार्लीबरोबर हेदर असणार होती तर जॉन, मेजर जेरेमींच्या सोबत राहणार होता.

एलिसने मग बराच वेळ मन लावून मासे पकडण्याचा प्रयत्न केला. एलिस मासे पकडण्यात इतकी गुंगून गेली होती की, तिच्या मनात एकदाही जेरेमीचा विचार आला नाही.

जेवताना सर्वांच्या लक्षात आले की, मेजर व लेडी जेन गायब आहेत. जेरेमीने सांगितले की, मेजर लॉकडूमधल्या एका गावकऱ्याबरोबर बराच वेळ बोलत होता. नंतर आपलं सामान गुंडाळून त्याच्याबरोबर निघून गेला. डॅफने म्हणाली की, लेडी जेन काही वेळ आपल्या हातातला गळ चाबकासारखा पाण्यात बडवत होती. तिचा अवतार बघून देवमासाही घाबरून पळाला असता, पण ती हळूच तिथून नाहीशी झाली.

लेडी जेनच्या गैरहजेरीमुळे सर्वांच्या उत्साहाला शँपेनसारखं उधाण आलं. हेदरने हॉटेलच्या जेवणासोबत घरी बनवलेलेही काही पदार्थ आणले होते. त्यामध्ये सॉसेजेस, बटाट्याचा केक आणि स्ट्रॉबेरी जाम व लोणी लावलेले फ्रूटब्रेड्स

होते. वाऱ्याची मंद झुळूक आली व सर्वांच्या तापलेल्या चेहेऱ्यांना थंडावा मिळाला. त्यातच दुपारनंतर आपण एलिसबरोबर मासे पकडणार असं जेरेमीने जाहीर केल्यामुळे एलिसच्या दिवसाचं सार्थक झालं.

"आता आपण जरा विश्रांती घेऊ या," थोड्यावेळाने जेरेमी तिला म्हणाला. एलिस गवतावर आडवी झाली व आकाश निरखू लागली.

"लेडी जेनबद्दल तुझं काय मत आहे?" जेरेमीने अचानक विचारलं. एलिसची एक भुवई उंचावली गेली. "मला ठाऊक नाही." ती सावधपणे म्हणाली, "पण तिला वेगळेच मासे पकडण्यात रस दिसतोय. तिला वाटतंय की, इथे आलेला प्रत्येक जण स्वत:च्या आयुष्यात घडलेली एखादी लाजिरवाणी गोष्ट लपवू पाहातोय. ती अंदाजाने बाण मारते व तो कुणाच्या जिव्हारी लागतोय का हे पाहत राहते. आज सकाळी तिने तुला व डॅफनेला छेडलं. नोकर आणि स्पॅनिश वेटर्सचा काय संदर्भ होता कुणास ठाऊक पण तू आणि डॅफने मात्र कमालीचे अस्वस्थ होऊन गेलात."

"छे, छे," जेरेमी चटकन म्हणाला. "मी डॅफनेकडे बघून अस्वस्थ झालो. लेडी जेनने तिच्या मर्मावरच बोट ठेवलं होतं." पण डॅफनेच्या आधीच जेरेमीचा पडलेला चेहरा, एलिसला स्पष्ट आठवत होता. "मला वाटतं, ती बाई ठार वेडी आहे. तिच्यापाशी सत्ता, अधिकार वगैरे असल्याच्या सगळ्या थापा आहेत. मजूर पक्षाच्या एका नेत्याची विधवा पत्नी यापलीकडे तिला काही स्थान नाही. तिचं घराणंही प्रतिष्ठित नाही. परवा रात्री मी माझ्या वडिलांना फोन करून तिच्याबद्दल विचारलं होतं. ते म्हणाले की, ती मेरी फिप्पसची मुलगी आहे. मेरी फिप्पस ही लॉर्ड चालकॉटची सेक्रेटरी होती आणि त्या दोघांचे अनैतिक संबंध होते. मेरीने लॉर्डच्या मागे लागून जेनला स्विझर्लंडच्या एका नावाजलेल्या शाळेत घातलं होतं. पण तुला माहितीये का, मिस्टर फिप्पस नावाची व्यक्ती अस्तित्वातच नव्हती."

"म्हणजे ती अनौरस मुलगी आहे?" एलिसने थक्क होत विचारलं. "ही तर छानच बातमी आहे. मी तर आता तिला तोंडावरच झापते."

"कृपा करून असं काही करू नकोस." जेरेमी वैतागून म्हणाला. "ती नागिणीसारखी चवताळून उठेल."

"पण तूच तर म्हणालास ना की, तिच्याकडे सत्ता, अधिकार काहीही नाही."

"आजच्या घडीला नाहीत." जेरेमीने चुकीची दुरुस्ती केली आणि एलिसला क्षणभर त्याचा राग आला. "त्याचं काय आहे एलिस की, मी यावर्षी लोकसभेला उभं राहायचं ठरवतोय आणि मला उगाचंच कुणाची दुश्मनी ओढवून घ्यायची नाही."

"तू खरंच त्यासाठी लायक माणूस आहेस." एलिसचं मन भरून आलं होतं. कदाचित उद्या तो पंतप्रधानसुद्धा होईल. मॅगी थॅचर काही अमरत्व घेऊन आलेली नाही.

"तू खूप गोड, मनस्वी मुलगी आहेस." त्याने जवळ जाऊन एखाद्या शाळकरी मुलाप्रमाणे मिठीत घेतलं व तिच्या गालावर ओठ टेकवले. "चल, पुन्हा मासे पकडायला जाऊ." तो मिश्कील हसला.

एलिस तर शेलींगच्या पाण्यात उतरताना जणू हवेत तरंगत होती. तिचं अंग मोहरून आलं होतं. भावी पंतप्रधानाने काही क्षणापूर्वी तिचं चुंबन घेतलं होतं. "मी प्रतिक्रिया देणार नाही." गर्दीतून वाट काढत डाऊनिंग स्ट्रीटवरच्या पंतप्रधान निवासात पाऊल ठेवत असताना तिने जमलेल्या पत्रकारांना सांगून टाकलं. प्रिन्सेस डायना आपल्या हॅट्स कुठून विकत घ्यायची? जरा शोधलं पाहिजे. एलिस पुन्हा स्वप्नात शिरली होती.

आयुष्य उजळून टाकणारी आजची दुपार यापुढे कितीतरी काळ तिला कायमची आठवत राहणार होती.

उष्माघाताचा त्रास झाल्याने हेदर डॅफनेला घेऊन हॉटेलात परतली होती. ही बातमी ऐकून एलिसला आनंदाच्या उकळ्या फुटल्या. आता तिला जेरेमीच्या गाडीतून जायला मिळणार होते.

पहाडी मुलुखामधली ती एक धुंद संध्याकाळ होती. हळुवार मनाचा एक श्रीमंत माणूस, आपली उंची गाडी भरधाव चालवतोय आणि आपण त्याच्या शेजारी बसलोय... ही तर सर्वोच्च सुखाची परिसीमा.

एलिस एका उन्मादक अवस्थेत होती. वृक्षांच्या व झुडपांच्या फटींमधून मावळणारा सूर्य चमकत होता. जेरेमीची गाडी सुसाट चालली होती.

संधिप्रकाशात हिरवंगार गवत न्हाऊन निघालं होतं. आटपाट नगरातल्या परीराज्यात असतं, तसं ते हिरवंगार कुरण दिसत होतं. एलिसला वाटलं, म्हणूनच इथल्या लोकांचा पऱ्यांवर इतका विश्वास बसलेला असणार. गळ्यात पट्टे बांधलेल्या दोन शिकारी कुत्र्यांना घेऊन चालत असलेला इन्स्पेक्टर मॅक्बेथ, त्यांना लांबून दिसला. जेरेमीने गाडीचा वेग कमी केला.

"इन्स्पेक्टरबरोबर त्याची प्रेयसी दिसतेय." एलिसला, गप्पा मारायला एक विषय मिळाला.

"काही उपयोग नाही." जेरेमी, लेडी जेनची नक्कल करत म्हणाला. "ती प्रिसिला हालबर्टन-स्मिथ आहे. कर्नल जेम्स हालबर्टन-स्मिथची मुलगी. गेल्या आठवड्याच्या 'कंट्रीलाइफ' मासिकात तिचा फोटो पाहिला होता. या भागातली बरीचशी जमीन ही कर्नलच्या मालकीची आहे."

"हो का?" एलिसचा अचानक इनस्पेक्टर हॅमिश व तिच्यामधलं साधर्म्य जाणवू लागलं होतं. "पण कदाचित तिचंही त्याच्यावर खूप प्रेम असेल."

"ती इतकी मूर्ख नसावा," जेरेमी म्हणाला. "माझाही तिच्यासमोर निभाव लागला नसता."

"तू माणसांच्या दर्जाला आणि घराण्याला खूप महत्त्व देतोस?" एलिसने दबक्या आवाजात विचारलं.

आपण एक भावी नेता आहोत याचं जेरेमीला भान आलं. "नाही," तो ठामपणे म्हणाला. "घराणं कुठलंही असलं तरी स्त्री ही अखेर एक स्त्रीच असते."

एलिस त्याच्याकडे पाहत खुलून हसली. ती खरंच एक गोड मुलगी आहे हे त्याला जाणवलं होतं.

गाडी लॉकडूला आली तेव्हा सूर्य अस्ताला गेला होता. जेरेमीने गाडी थांबवून पुन्हा आपल्या गालांवर ओठ टेकवावेत अशी एलिस मनोमन प्रार्थना करत होती. पण जेरेमी मात्र आपल्याच विचारात बुडून गेला होता.

ते हॉटेलात पोहोचले तेव्हा सर्व जण मेजर पीटर फ्रेमच्या भोवती गोळा झाले होते. मेजरच्या हातात एक भलामोठा सामन होता आणि हेदर त्याचा फोटो काढत होती. त्याच्या पायाशी असलेल्या प्लॅस्टिकच्या बॅगांमध्ये आणखी दोन मोठे सामन दिसत होते.

"इतके मासे तू कसे काय बुवा पकडलेस?" मेजरच्या पाठीवर थाप मारत जेरेमी म्हणाला. "तुझ्या हाती तर घबाडंच लागलं."

"मी योग्य ठिकाणी गळ टाकला होता." मेजर म्हणाला. "मासे पटापट मिळत गेले आणि मी आनंदाने नाचत सुटलो."

"मी तुझ्याबरोबर थांबून राहायला हवं होतं," जेरेमी म्हणाला. "पण मला वाटलं की, तू दुसऱ्याच कुठल्या कामासाठी निघून गेलास."

मेजरने आपल्या ओठांवर बोट ठेवलं. "त्याबद्दल आता मी अवाक्षरही बोलणार नाही. ते माझं गुपित आहे."

"आता आपण तू पकडलेल्या माशांचं वजन करू आणि आमच्याकडे असलेल्या खास वहीत त्याची नोंद करू." जॉन म्हणाला. त्याचा चेहरा अभिमानाने फुलून गेला होता. आता हा फोटो वर्तमानपत्रातून आणि मासिकामधून झळकेल. आपल्या एखाद्या विद्यार्थ्याने सामन पकडला की, त्याचा ऊर भरून येत असे आणि एका वेळेस तीन सामन पकडण्याचा विक्रम तर यापूर्वी कुणीही केलेला नव्हता.

आता सर्वांचं लक्ष आज संध्याकाळी होणाऱ्या जोरदार पार्टीकडे लागलं होतं. त्यावेळेस लेडी जेन एकदम मूडमध्ये असणार याचीही त्यांना पक्की

खात्री होती. मेजरचं अभिनंदन करण्यासाठी रात्री आठ वाजता, हॉटेलच्या बारमध्ये भेटायचं ठरवलं.

पार्टीसाठी कुठला ड्रेस घालायचा यावर एलिसने बराच वेळ विचार केला. मेफेअर मधल्या दुकानातून तिने एक सुंदर गाउन विकत घेतला होता. बरोबर आणलेले इतर कपडे तसे आधी वापरून व जुने झालेले होते. हा गाउन मात्र तिने अजून घातला नव्हता. तो व्हेल्वेटचा होता. काळ्या गडद रंगाचा, सुळसुळीत, खोल गळ्याचा व गुडघ्याच्या थोड्या वरती मधोमध कापल्याने तो दोन्ही पायांवर अगदी घट्ट बसत होता.

अखेर ती एकदाची तयार झाली, पण पार्टीला अजूनही अर्धा तास बाकी होता. आज काही करून आपली छाप पाडायचीच असे एलिसने मनाशी अगदी पक्के ठरवले होते. उंच टाचेच्या काळ्या सँडल्समुळे शारीरिक उंचीबरोबर तिचा आत्मविश्वासही उंचावला गेला होता. खोलीतल्या धूसर प्रकाशात ती बराच वेळ स्वत:ला आरशात निरखत राहिली.

अचानक लेडी जेनने तिला उद्देशून मारलेले सर्व खवचट शेरे तिला आठवू लागले. आपण त्या गावचे नसल्याचा पोकळ बहाणा करण्यात आता काहीच उपयोग नव्हता. लेडी जेनने तर प्रत्येकातलं वैगुण्य शोधून काढण्याचा धडाकाच लावला होता. बिचाऱ्या जेरेमीला यातलं काहीच ठाऊक नसणार. ब्रिटनच्या भावी पंतप्रधानाची पत्नी ही गुन्हेगारी चारित्र्याची असून चालणार नाही. पण मग लेडी जेनला, जेरेमीबद्दलही काहीतरी ठाऊक असावं. त्याने मोलकरणीशी अतिप्रसंग केला होता? पण उच्चभ्रू घराण्यात अशा पापांना अगदी सहज क्षमा केली जाते. विचार करून एलिस पारच खचून गेली. कॉटवर बसून ती शून्यात पाहू लागली.

इथून परत गेल्यावर जर मिस्टर पॅटर्सन जेम्सच्या हातात राजीनामा ठेवून त्याला सांगता आलं असतं की, मी सॉमरसेटच्या खानदानी ब्लिथ कुटुंबातील जेरेमी ब्लिथशी लग्न करतेय तर काय बहार आली असती. लिव्हरपूरमध्ये राहात असलेल्या आपल्या आईवडिलांनाही कळवावं लागलं असतं. एलिसला तिचं छोटं, कळकट पण तरीही हवेशीर असलेलं घर आठवलं. जेरेमीला तिथे कधीच घेऊन जाता कामा नये. लग्नासाठी आईवडिलांनाच लंडनला यावं लागेल.

पण एलिस व तिच्या गोजिरवाण्या स्वप्नांमध्ये लेडी जेन पुन्हा पुन्हा तडमडत होती. लेडी जेनविषयीच्या तिरस्काराने तिचे मन.

आठ वाजून दहा मिनिटं! बापरे! एलिस घड्याळाकडे चिडून पाहत, लगबगीने उठली.

ती पोहोचली, तेव्हा बारमध्ये गर्दी उसळली होती. ''अरे वा, अगदी एखाद्या

तरुण विधवेसारखी दिसतेयस.'' एलिसच्या काळ्या गाउनकडे नजर टाकत लेडी जेन उद्‌गारली. तिचे सगळे सहकारी, खिडकीजवळच्या टेबलाभोवती जमले होते व मेजर सर्वांच्या ग्लासात शँपेन ओतत होता. आपण सामन कसा पकडला याचं मेजर अगदी रसभरीत वर्णन करत होता व सर्व जण त्याचं बोलणं कान देऊन ऐकत होते. त्यामुळे एलिसच्या आगमनाकडे कुणाचं लक्षंच गेलं नाही. ''तुझं बोलणं, कुणालाही अगदी खरंच वाटेल,'' लेडी जेन म्हणाली.

''मी खरं तेच बोलतोय,'' लेडी जेनच्या बोलण्याकडे त्याने दुर्लक्ष केले. ''हा मी इथे उभा आहे आणि समोर मी पकडलेले मासे आहेत. एलिस, तू पकडलेला ट्राउटसुद्धा अजून फ्रीझरमध्येच पडून राहलाय. आज सकाळी तू ट्राउटचा नाश्ता सांगायला विसरलीस.''

''तुझ्यात आणि एलिसमध्ये खूप साम्य आहे.'' लेडी जेन लाडिकपणे म्हणाली. ''मला तर पुढचं चित्र स्पष्ट दिसतंय. आठवड्याच्या अखेरपर्यंत हॉटेलचा फ्रीझर माशांनी खचाखच भरलेला असेल, पण त्यापैकी एकही मासा मात्र तुम्ही स्वतः पकडलेला नसेल.''

लेडी जेनच्या बोलण्याकडे सर्वांनीच दुर्लक्ष करण्याचा प्रयत्न केला. ''मेजर, तू हे मासे नेमके कुठे पकडलेस?''

''हो, आम्हालाही ऐकायचंय.'' डॅफनेने री ओढली. ''तुला इतकी मोक्याची जागा सापडलीय. ती फक्त स्वत:साठी लपवून ठेवणं बरोबर नाही.''

मेजर खळखळून हसला व त्याने खशीत येऊन डोळे मिचकावले.

''मी सांगते ना.'' लेडी जेन म्हणाली. एकोणीसशे तीस सालातला शोभेल असा फुलाफुलांचा पायजमा सूट तिने घातला होता आणि लालभडक लिपस्टिकमुळे तिचे लोंबणारे ओठ लक्ष वेधून घेत होते. ''मला थोड्या वेळापूर्वी तो मेजरचा वाटाड्या, इयान मॉरियन भेटला होता. दारूच्या नशेत त्याने मला तू मासे नक्की कसे पकडलेस ते नकळत सांगून टाकलं.''

सर्वांची तोंडं बंद झाली. मेजरच्या एका हातात शँपेनची बाटली व दुसऱ्या हातात ग्लास होता. त्याला धड हसताही येईना व चिडताही येईना.

''मला वाटतं आपण जेवायला सुरुवात करू या.'' हेदर मुद्दाम मोठ्या आवाजात म्हणाली.

''मलाही वाटतं, आपण जेवू या.'' मेजर उतावीळपणे म्हणाला.

सर्व जण उठले. लेडी जेन मात्र तशीच बसून होती. तिच्या एका पायातील चप्पल हवेत अर्धवट लोंबकळत होती.

''मेजर फ्रेमने त्यातला एकही मासा पकडलेला नाही.'' लेडी जेन एकेका शब्दावर जोर देत म्हणाली. ''इयान मॉरिसन त्याला घेऊन ॲन्स्टे नदीच्या

वरच्या भागात गेला. तिथे एका ठिकाणी नदीचं पाणी आटलं होतं व त्यात तीन सामन अडकून पडलेले होते. हवेशिवाय ते तडफडत होते. एक सामन तर पाण्यातून अर्धवट किनाऱ्यावर आला होता आणि सीगलने त्याची एक बाजू फाडलीदेखील होती. मेजरच्या हूकमुळे ती चिरफाड झालेली नाही.''

एकेक जण हळूहळू जेवणाच्या खोलीत येऊन दाखल झाला. कुणीही एकमेकांकडे किंवा मेजरकडे बघायला तयार नव्हते. एलिसला मात्र ती शांतता सहन झाली नाही. ती मेजरच्या शेजारी जाऊन बसली. ''माझा तर तिच्या एका शब्दावरदेखील विश्वास नाही.'' त्याचा हात थोपटत ती म्हणाली. ''तिने स्वतःच हे सर्व कुभांड रचलंय.''

मेजर तिच्याकडे बघून अवघडत हसला व आपल्या ग्लासातील शँपेन हळूहळू पीत राहिला.

चार्ली बॅक्स्टरलाही आजच्या जेवणाचं निमंत्रण दिलेलं होतं. पण तो बारमध्ये जाऊ न शकल्यामुळे मेजरचा झालेला पाणउतारा, त्याला कळलेला नव्हता. पण त्याने एका पाठोपाठ एकेकाचे चेहरे न्याहाळले व गुपचूप जेवायला सुरुवात केली. त्याला तिथून लवकरात लवकर सटकायचं होतं.

लेडी जेनने विषय बदलत विनोदी किस्से सांगायला सुरुवात केली, पण सर्व जण तिच्याकडे तिरसट नजरेने पाहत होते.

मेजरने जे काही केले ते तितकेसे वाईट नव्हते. एलिसला तर ती मेजरची हुशारीच वाटली. आपण त्याच्याजागी असतो तरी आपणही अशीच फुशारकी मारली असती याबद्दल तिच्या मनात तीळमात्रही शंका नव्हती.

हेदर काईटराटच्या मनाची मात्र चांगलीच घालमेल सुरू होती. जॉनच्या डार्करूममध्ये मेजरचा फोटो तयार होऊन तो वृत्तपत्र व मासिकांकडे पाठवलाही गेला होता आला. नेमका कुणाचा जीव घ्यायचा हा हेदरसमोर प्रश्न होता – लेडी जेन की मेजर? मेजरने तीन सामन पकडले हे जेव्हा प्रथम समजलं तेव्हा तिला व जॉनला किती आनंद झाला होता. अर्थात लेडी जेनचं म्हणणं ते आता मुळीच मान्य करणार नव्हते. त्यांच्या वर्गाला कमालीची प्रसिद्धी मिळणार होती. पण त्या मूर्ख बावळट मेजरने चेहरा पाडून तिच्यासमोर जणू लोटांगणच घातलं होतं. मी एक वेळ हे सारं सहन करू शकेन, पण उद्या शाळेची बदनामी झाली तर जॉन जीवसुद्धा देईल.

''तुम्हाला सांगते, त्या फॅशनेबल कपडे विकणाऱ्या लंबू, लुकड्या बायकांचा आवाज मोटारीच्या हॉर्नसारखा असतो.'' लेडी जेन एक किस्सा सांगत होती. ''मला आठवतंय, मी एकदा हार्टलेनच्या मॉलमध्ये गेले होते. तिथे असल्या कपड्यांचे ढीग पडले होते. आम्ही काही जणी पार्लरमध्ये बसलो होतो. उन्हाळा तर इतका

होता की, आम्ही बसल्या जागी पेंगू लागलो होतो. अचानक त्या बायका ओरडू लागल्या. 'गुडवुडसाठी, अॅस्कॉट नागरिकांसाठी खास कपडे' इतक्यात एक बाई कर्कशपणे ओरडली 'गाई म्हशींसाठी' आणि आम्ही सर्व खो-खो हसत सुटलो.'' आत्ताही हसताना लेडी जेनचं थुलथुलीत अंग गदागदा हलत होतं.

मार्विन रॉथ मोठ्या आशेने इन्स्पेक्टर मॅक्बेथची वाट पाहत होता. लेडी जेनला अद्दल शिकवायची फक्त त्याच्या एकट्यातच हिंमत होती. तिला जर माझ्याबद्दल काही ठाऊक असेल तर तिचे दिवस भरलेच म्हणून समजायचे. मार्विन रॉथ विचारात गुंतला होता. पण ती इन्स्पेक्टरला म्हणाली होती की, तिच्यापाशी सरकारी अधिकार आहेत. ही गोष्ट मात्र जरा विचार करण्यासारखी आहे. आपण बेसावध राहून चालणार नाही.

प्रत्येकाची बिंगं तिला ठाऊक आहेत व म्हणून ती प्रत्येकाला धमकी देतेय, पण हे तर सरळसरळ ब्लॅकमेलिंग आहे. मार्विन रॉथ समजून चुकला होता, पण याबाबतीत तो काहीच करू शकत नव्हता. आत्ता ती जर न्यू यॉर्कमध्ये असती तर गोष्ट वेगळी होती. तिथे लेडी जेनसारखीचा काटा काढणारी माणसं, तुम्ही विकत घेऊ शकता... पण आता न्यू यॉर्कमध्येही सत्तरच्या दशकासारखी परिस्थिती उरलेली नव्हती. माफियाच्या माणसांनाही आता हजार डॉलर दिले तरी ते काम करतीलच याची शाश्वती उरलेली नाही. आपली पावलं आपणच उचलायला हवीत. कदाचित तिला पैसे चारले तर ती आपलं तोंड बंद ठेवेल. एमीला मात्र ही गोष्ट कळता कामा नये. एमीला आपण फार मोठी किंमत देऊन मिळवलंय. पहिल्या बायकोपासून घटस्फोट मिळवण्यासाठी त्याने आपल्या सर्व मिळकतीवर पाणी सोडलं होतं. एमीसारखी किमती चीज मिळवण्यासाठी ते आवश्यक होतं. आपण राजकीय क्षेत्रात चमकणार आहोत याची एमीला आशा होती. कदाचित आपला बदफैली इतिहास तिला माहिती असावा किंवा त्याचा तिला अंदाज असावा, पण लेडी जेन बरोबर आपण घेणारी भेट मात्र तिच्यापासून गुप्त राहायला हवी. लेडी जेन दिसली तरी तिच्या अंगाचा तीळपापड होतोय आणि आपण तिच्याबरोबर समेट करायचा प्रयत्न केला हे जर तिला कळलं तर ती काय करेल हे सांगता येणार नाही.

मार्विनने आपल्या टकलावरून आपला हात जोरजोरात चोळला व बाजूला उभ्या असलेल्या लेडी जेनकडे त्याने एक चोरटा कटाक्ष टाकला. 'नाही मॅडम,' तो मनातल्या मनात म्हणाला, 'मी जर तुझ्यासारख्या गलिच्छ बाईला चुचकारलं तर तू चारचौघात माझी लक्तरं वेशीला टांगशील.'

अखेर त्या जेवणाचा सोहळा एकदाचा आटोपला. एलिसने आपल्या व्हेल्व्हेटच्या गाउनवरून हात फिरवला व ती जेरेमीकडे बघून सहेतुक हसली.

त्याने तिच्याकडे बघून न बघितल्यासारखं केलं व तो डॅफने गोरकडे वळला. ''चल,'' तो डॅफनेला म्हणाला. ''मला तुझ्याशी बोलायचंय.''

एलिसचे डोळे पाण्याने डबडबले. तिच्या अंगातली ताकदच निघून गेली. आपण कुणीतरी परके, अनोळखी एकाकी असल्यासारखं तिला वाटू लागलं. ती बारसमोरून हळूहळू चालू लागली. बारमध्ये तिच्या वर्गातले कुणीही नव्हते, पण अजूनही तिथली गर्दी कमी झालेली नव्हती. तिची पावलं अडखळली. तिला बारमध्ये शिरण्याची तीव्र इच्छा झाली. बारमधल्या एखाद्याने जरी तिच्या गाउनचे कौतुक केलं असतं तर तिचं दु:ख थोडंतरी हलकं झालं असतं.

इन्स्पेक्टर हॅमिश मॅक्बेथ, बागेतल्या फाटकाला टेकून बसला होता. त्याची नजर समोरच्या सरोवरावरून सरकत, पलीकडील हॉटेलच्या झगमगीत दिव्यांवर स्थिरावली होती. त्याने आपल्या कोंबड्यांना व पक्षांना खाऊपिऊ घातलं होतं. टाऊझर, त्याच्या पायाशी घोरत पडला होता.

हॅमिशने सिगरेट पेटवत, डोक्यावरची हॅट किंचित मागे सरकवली. त्या क्षणाला तो आनंदी दिसत नव्हता. अशा अस्वस्थ मन:स्थितीची त्याला कधीच सवय नव्हती. खरंतर रात्रीची ही वेळ, त्याच्या अत्यंत आवडीची होती.

लेडी जेनला त्याने बोचकारू दिलं ही गोष्ट त्याला मान्य करावीच लागत होती. त्या बेढब स्त्रीने सर्वांसमोर आपला कुलवृत्तान्त वाचून दाखवावा हे त्याला रुचलं नव्हतं. अर्थात त्याला शरम वाटण्यासारखं त्यात काहीच नव्हतं.

हॅमिशला सहा भावंडांना संभाळावं लागत होतं ही तर वस्तुस्थितीच होती. आईवडिलांनी लग्न करण्याआधी एक वर्ष तो जन्मला होता. त्यानंतर बऱ्याच वर्षांनी मॅक्बेथ दांपत्याला लागोपाठ तीन मुलगे व तीन मुली झाल्या होत्या. सेल्टिक कुटुंबामध्ये अशी प्रथा होती की, आपला धाकटा भाऊ कमवता होईपर्यंत मोठ्या मुलाने अविवाहित राहायला हवे. म्हणून तर हॅमिशने अशा आडगावाची मुद्दाम निवड केली होती. त्यामुळे तो आपल्या पगारातील बरीच रक्कम घराकडे पाठवू शकत असे. परक्या हद्दीत घुसून तो शिताफीने मासे पकडत असे त्यामुळे रॉस व क्रॉमेट्रीच्या घरात, व्हेनिसन व सामनची नियमित मेजवानी असे. घरी पाळलेल्या कोंबड्यांमुळे त्याला अंडी विकूनही पैसे मिळत व तेही तो घरी पाठवत असे. स्ट्रॅथबेनच्या पहाडी मुलखात दरवर्षी पर्वत चढून जाण्याची स्पर्धा भरत असे. हॅमिशने गेल्या पाच वर्षात ती स्पर्धा सलग जिंकली होती.

त्याचे वडील शेतमजुरी करत असत, पण त्यांच्या तुटपुंज्या कमाईत एवढ्या मोठ्या कुटुंबाची गुजराण होणे शक्य नव्हते. समोर येणारी परिस्थिती, आनंदाने स्वीकारायची हा हॅमिशचा स्वभाव होता. आपल्या वाट्याला आलेले नशिबाचे भोगही त्याने तितक्याच उमदेपणाने स्वीकारले होते.

पण अलीकडे, आपल्या खिशात थोडे अधिक पैसे खुळखुळावेत असे त्याला वाटू लागलेले होते. आपल्याला असे का वाटते आहे याचे कारण मात्र त्याच्या लक्षात येत नव्हते.

जॉनच्या वर्गाची आपल्याला जास्तच काळजी वाटू लागलीय ही गोष्ट आता त्याला फारच सतावू लागली होती. दोन बायकांशी लग्न करणं किंवा शनिवारी रात्री दारू पिऊन गोंधळ घालणं इथपर्यंतच त्याच्या क्षेत्रातील गुन्हेगारीचं स्वरूप होतं. गावातली बहुतेक भांडणं तो, कोर्टापर्यंत जाऊ न देता आपल्या अक्कलहुशारीने सोडवत असे. अजूनपर्यंत तरी त्याला गुंडगिरीचा किंवा हिंसाचाराचा सामना करावा लागला नव्हता. पण तशीच वेळ आली तर त्याचाही आपण मुकाबला करू याची त्याला खात्री होती. नुकतीच, गावाच्या हद्दीबाहेर बंगले उभारण्याची योजना सुरू झाली होती. त्यामुळे तिथे राहणाऱ्या झोपडपट्टीचं स्थलांतर एका दुर्गम पहाडी भागात करण्यात आलं होतं. अशा या योजना म्हणजे गुंडांच्या टोळींसाठी पर्वणीच असते असं हॅमिशचं स्पष्ट मत होतं. काही दिवसांपूर्वीच एका टोळीने पाण्यात स्फोट घडवून आणल्यामुळे मेलेले सामन मासे किनाऱ्यावर फेकले गेले होते. त्यानंतर माशांच्या वाटणीवरून त्यांनी आपापसात हत्यारं व सायकलच्या चेन्सनी मारामारी केली होती.

जॉनच्या सुरू असलेल्या वर्गात काहीतरी अघटित घडणार आहे असे त्याचे मन त्याला आतून सांगत होते. लेडी जेनविषयी अधिक माहिती गोळा करायची आता वेळ आलेली होती.

त्याने आठवणींचे कप्पे उघडायला सुरुवात केली. त्याच्या अनेक नातेवाइकांची व मित्रांची नावे, पत्ते व फोन नंबर त्या कप्प्यांमध्ये भरून ठेवलेले होते. पहाडी मुलखातल्या माणसांप्रमाणेच त्याचेही नातलग जगभर विखुरलेले होते.

त्याला रॉरी ग्रँटची आठवण झाली. तो त्याचा चुलत भाऊ होता व फ्लीट स्ट्रीटवरून प्रसिद्ध होणाऱ्या 'डेली रेकॉर्डर' या वर्तमानपत्रात तो वार्ताहाराचं काम करत असे. हॅमिशने आतमध्ये जाऊन फोन लावला. "मी लॉकडूमधून इन्स्पेक्टर मॅक्बेथ बोलतोय. रॉरी ग्रँटसाठी माझ्यापाशी एक खास बातमी आहे." पलीकडचा माणूस उत्तर द्यायला टाळाटाळ करतोय हे लक्षात येताच हॅमिशने थाप मारली होती. अखेर रॉरी फोनवर आल्यानंतर त्याने त्याला लेडी जेनचे वर्णन करून तिच्याविषयी अधिक माहिती मिळवायला सांगितली.

"मला रेकॉर्डरूममध्ये जावं लागेल," रॉरी म्हणाला. "त्यासाठी थोडा वेळ लागेल. मी तुला नंतर फोन करतो."

"नाही, नाही." हॅमिश लगेच म्हणाला, "अरे फोनकॉलचे पैसे माझ्या खिशातून

थोडेच जाताहेत. मी फोन धरून ठेवतो आणि तोपर्यंत मस्तपैकी एक बिअर पितो.''

"ठीक आहे,'' रॉरी म्हणाला. हॅमिशने फोन कानावर अडकवला आणि सर्वांत खालच्या ड्रॉवरमधून एक बिअरची बाटली बाहेर काढली. त्याला थंडगार बिअर आवडत नसे. त्याच्यावर अमेरिकन चित्रपटांचा प्रभाव होता. सिनेमातला नायक नेहमी टेबलाच्या खणामधून बिअर बाहेर काढत असे. त्या नायकाची सहीसही नक्कल करणं मात्र त्याला कधीच जमलं नव्हतं.

आत येताना त्याने पोलीसकचेरीचा दरवाजा उघडाच ठेवला होता. एक कोंबडी आत शिरली व टुणकन उडी मारून टाइपरायटरवर बसत, त्याच्याकडे टकाटका पाहू लागली.

प्रिसिला हालबर्टन-स्मिथ अचानकपणे येऊन त्याच्यासमोर उभी राहिली होती. तिने एका हातात ग्राउज पक्षी पकडलेला होता. हॅमिश टेबलावर पाय टाकून बसला होता. एका हातात बिअरची बाटली, दुसऱ्या हातात फोन, समोर कोंबडी हे दृश्य पाहून ती जोरजोरात हसू लागली.

"तू गावातल्या कुणा चोराची उलटतपासणी घेतोयस, होय ना?'' प्रिसिला म्हणाली.

"छे, छे,'' हॅमिश म्हणाला. "मी लंडनच्या चुलतभावाला फोन लावलाय. तो मला एक महत्त्वाची बातमी देणार आहे.''

"वेड्या, मी तुझ्यासमोर बसलेल्या कोंबडीबद्दल बोलत होते. विनोदसुद्धा कळत नाही. हे बघ, मी तुझ्यासाठी ग्राउज आणलाय.''

"तुला कुठे मिळाला?''

"छे. मी त्याला नेम धरून उडवलं. पण असं का विचारलंस?''

"उगाच. उगाच. मिस हालबर्टन-स्मिथ, खूप आभारी आहे मी तुझा.''

हॅमिशच्या आईवडिलांच्या घरी कधीच ग्राउज खाल्ला जात नसे. त्यामुळे खाटकाला विकून त्याचे किती पैसे मिळतील याचा तो विचार करू लागला होता. जर तो ताजा असेल तर त्याला थोडं थांबावं लागेल. त्याच्या घरी फ्रिजर नव्हता. एक छोटासा रेफ्रिजरेटर होता.

हॅमिश उठून कोंबडीला हाकलवू लागला. क्वॅक क्वॅक आवाज काढत ती बाहेर उडून गेली. त्याने प्रिसिलासाठी खुर्ची ओढली. तिने पायघोळ स्कर्टमध्ये पिंगट रंगाचा ब्लाउज खोचून घातला होता. तिची कंबर नाजूक असली तरी तिची छाती मात्र भरदार होती. सोनेरी केस, फिकट उभट चेहरा, निळे ठसठशीत डोळे आणि आज तर तिने डोळ्यात काजळ घातलं होतं. त्याने घसा खाकरला, "मला फोन ठेवून जाता येणार नाही. तू असं कर आत जाऊन फ्रिझमधली

बिअर घेऊन ये.''

''फ्रिझमध्ये बिअर आहे?''

''मला वाटलं होतं, तुला थंड बिअर आवडत नाही.'' स्वयंपाकघरात जाता जाता ती म्हणाली.

''पाहुण्यांसाठी मी एखादी ठेऊन देतो,'' हॅमिश म्हणाला. खरंतर ती बिअर त्याने तिच्याचसाठी मुद्दाम ठेवून दिली होती. चार महिन्यांपूर्वी काहीतरी किरकोळ तक्रार दाखल करायला ती प्रथमच त्याच्याकडे आली होती व त्याला तो आयुष्यातला भाग्यवान दिवस वाटला होता.

''यावेळेस काही तक्रार घेऊन आली नाहीयेस ना,'' हॅमिश म्हणाला. प्रिसिलाच्या हातात बिअर व ग्लास होता. ''तक्रारीच्याच निमित्ताने माझ्याकडे यायला हवं, असं नाही ना तुझ्या मनात?''

''छे. छे. मला वाटलं तुला ग्राउज आवडत असेल म्हणून घेऊन आले.'' प्रिसिला पायावर पाय ठेवून खुर्चीत रेलून बसली. स्कर्ट ताणला गेल्याने मांड्या अर्धवटच उघड्या पडल्या होत्या. हॅमिशने अर्धवट डोळे मिटले.

''खरंतर मी घरातून सटकलेय.'' प्रिसिला म्हणाली. ''डॅडी लंडनहून एका बावळटाला घेऊन आलेत. मी त्याच्याशी लग्न करावं अशी त्यांची इच्छा आहे.''

''आणि तू करणार आहेस?''

''किती भोळा आहेस रे तू. तुला कळत कसं नाही. मी त्याला बावळट नाही का म्हणाले? ते जाऊ दे. मी काय म्हणते, आज गावातल्या हॉटेलमध्ये पिक्चर दाखवताहेत. दहा वाजता दुसरा शो आहे. जायचं का?''

हॅमिश हसला. ''तू खूप भाबडी मुलगी आहेस. त्या सिनेमाबद्दल तू कधी ऐकलंयस का? तो बेल हॅलेचा 'रॉक अराउंड द क्लॉक' नावाचा पिक्चर आहे. इतका जुना की, त्यावेळेस तुझा जन्मही झाला नव्हता.''

''तर मग फारच छान. तुझं फोनवरचं बोलणं आटोपलं की आपण निघू या.''

''पण माझ्यासारख्या गावठी पोलिसाबरोबर आपली मुलगी सिनेमाला गेली होती हे कर्नल हालबर्टन-स्मिथला आवडणार नाही.''

''त्यांना ते समजणारच नाही.''

''तू गावात नवखी दिसतेयंस. इथे एका दिवसात गावभर बातमी पसरते.''

''पण डॅडी तर गावातल्या कुणाशीच बोलत नाहीत.''

''मेसी सांगेल ना. तुझ्या घरची मोलकरीण. ती तर पिक्चरवेडी आहे. ती तिथे असणारच. ती जाऊन इतर नोकरांना सांगणार. मग तुझ्या त्या प्रामाणिक आचाऱ्याला, जेनकिन्सला वाटणार की, ही गोष्ट मालकांच्या कानावर घालणं,

आपलं कर्तव्य आहे.''

''तू घाबरतोस त्याला?''

''अजिबात,'' हॅमिश पुन्हा हसला. ''हां हां रॉरी, बोल.''

तो कान देऊन ऐकू लागला. प्रिसिला त्याचा चेहरा निरखू लागली. हॅमिशचे मांजरासारखे तपकिरी डोळे, सेल्टिक माणसासारखे बारीक होते.

''थँक यू रॉरी,'' अखेर हॅमिश म्हणाला. ''फारंच उपयुक्त माहिती सांगितलीस. मला आश्चर्य वाटतंय की, कुणालाच अजून ही गोष्ट ठाऊक कशी नाही.''

पलीकडून पुन्हा काहीतरी बोललं गेलं.

''थँक यू.'' हॅमिश गूढ हसला. ''पुढच्या काही दिवसांतच मी तुला एका खुनाची बातमी देईन. नाही रे रॉरी, मी जरा गंमत केली.'' हॅमिशने तंद्रीतच फोन ठेवला.

''हे काय प्रकरण आहे?'' प्रिसिलाने उत्सुकतेने विचारलं.

''एका अफवेबद्दलची अफवा.'' हॅमिश उठून उभा राहात म्हणाला, ''घराला कुलूप लावून आपण निघू या. त्या प्रकरणाबद्दल मी तुला पुन्हा केव्हातरी सांगेन.''

दिवस चौथा

मोठा मासा गळाला लागण्यासाठी डोके शांत ठेवणं, सर्वांत महत्त्वाचं.

- पीटर व्हिट

दि ऑबझर्व्हर्स बुक ऑफ फ्लाय फिशिंग सकाळी वर्ग भरला तेव्हा वातावरण अगदीच निरुत्साही होते. हेदर कार्टराइटला आता मनाचा तोल सांभाळण कठीण जात होतं. तिच्या कपाळावर आठ्या होत्या व सर्वांना बसायला सांगतानाही तिचा आवाज थरथरत होता.

लेडी जेन अजून आलेली नव्हती. वर्गाचा दरवाजा उघडला गेला की, सर्वांच्या माना आपोआप त्या दिशेला वळत होत्या. जॉन कार्टराइट उठून गंभीरपणे बोलू लागला. त्याच्या मते गळ पाण्यात कसा सोडावा हे अजूनही कुणालाच जमलेले नव्हते. त्यासाठी आता हॉटेलमागच्या हिरवळीवर त्याचे पुन्हा एकदा प्रात्यक्षिक करून दाखवणार होता. त्याची नजर मेजरकडे वळली. नेहमीच्या सवयीप्रमाणे तो मेजरला पुढे जायला सांगणार होता, पण त्याचे शब्द ओठाबाहेर आलेच नाहीत.

जॉन प्रात्यक्षिक करून दाखवत असताना सर्व जण बोचऱ्या थंडीत कुडकुडत उभे होते. जॉनने विषयात रंग भरण्याचा प्रयत्न केला, पण सगळे या पायावरून त्या पायावर चुळबुळत राहिले.

अखेर त्यांचा अस्वस्थपणा जॉनच्या लक्षात आला व त्याने हताशपणे एक सुस्कारा सोडत आपले बोलणे थांबवले. ''माझं बोलून झालेलं आहे,'' तो म्हणाला. ''आता आपण अॅन्स्टे नदीवर जाऊ या. लेडी जेनसाठी मी निरोप ठेवतो. ती उशिरा झोपलेली असली तर तिला उगीच उठवण्यात अर्थ नाही.''

सूर्य वर आल्याने, कालच्या दिवसासारखंच, धुकं विरू लागलेलं होतं. ''मासे

पकडण्यासाठी हा कधी चांगला दिवस वाटत नाही.'' मेजर अनुभवी माणसासारखा बोलला आणि तो कालचा अपमान इतक्या झटकन विसरलाय हे पाहून एलिसला त्याचं कौतुक वाटलं.

''मला सूर्यप्रकाश फार आवडतो,'' एलिस म्हणाली व न राहवून पुढे म्हणाली, ''आज ती आलीच नाही तर कुणाचा मूड तरी खराब होणार नाही.''

''मला तर वाटतंय की, यापुढे आपल्याला ती दिसणारच नाही.'' मेजर थोड्या अतिउत्साहाने बोलून गेला.

मेजर जणू सर्वांच्या मनातलेच बोललेला असावा. वातावरण एकदम बदलून गेले. गाडी चालवता-चालवता जॉनने हेदरकडे बघून मंद स्मित केले व तिचा हात हळूच दाबला. ''आपण उगीचच त्या बाईचा त्रास करून घेतोय,'' तो हळूच पुटपुटला. ''तू काळजी करू नकोस. यापुढे ती आपल्याला त्रास देऊ शकणार नाही''

एलिस मनातून खूश झाली. जॉनच्या बोलण्याचा अर्थ स्पष्ट होता, तो लेडी जेनला घरी निघून जायला सांगणार होता. ती चार्लीकडे पाहून हसली. पण चार्लीचा चेहरा निर्विकार दिसत होता. त्याने मान फिरवली.

तिने चार्लीकडे बघत खांदे उडवले. सूर्याच्या त्या लखलखीत प्रकाशात, काल रात्रीच्या सर्व चिंता वाहून जात होत्या. जेरेमी आपला होऊ शकणार नाही ही गोष्ट स्वीकारण्याची तिची मानसिक तयारी होत होती. जाऊ देत त्याला डॅफनेबरोबर. उगाच जिवाचा आटापिटा करण्यात अर्थ नाही. आपण आपला वेळ सृष्टिसौंदर्य निरखण्यात व मासे पकडण्यात घालवलेला बरा. तिला पुन्हा मिस्टर पॅटर्सन-जेम्सची आठवण झाली. आपल्या सुट्टीचं वर्णन ऐकून तो चाट पडेल.

पण गाडीतून उतरून हेदरकडून आपला रॉड ताब्यात घेताना, आत्ता आपल्या शेजारी जेरेमी हवा होता असं तिला प्रकर्षाने वाटलं.

लेडी जेनच्या गैरहजेरीमुळे जॉन कार्टराइट भलताच खुशीत होता. सामन कसा पकडायचा याचे आता आपण प्रात्यक्षिक करून दाखवणार आहोत असे त्याने उत्साहाच्या भरात सर्वांना सांगून टाकले. तो सर्वांना घेऊन वळणावळणाच्या रस्त्याने चढत, नदीच्या वरच्या पात्राजवळ पोहोचला. भलत्याच वेगात तो चढण चढला. त्याच्या वेगाने चढताना एलिसची दमछाक झाली. तिने खाली पाहिलं. ॲन्स्टे नदी खळाळत डौलाने वाहत होती. नदीच्या लाटांबरोबर चंदेरी झुडुपं आणि फांद्या अचानक प्रकाशमान होऊन चटकन विझून जात होत्या व दुसऱ्या लाटेबरोबर पुन्हा त्या उजळून निघत असत. नदीच्या उजवीकडे पर्वतांनी वेढलेलं घनदाट जंगल लांबवर पसरलेलं दिसत होतं.

मार्विन रॉथने आपल्या पत्नीच्या गळ्याभोवती हात टाकत तिला सावरण्याचा

प्रयत्न केला. ''मी तुझा तोल सावरत नाहीये,'' तो म्हणाला. एमीने त्याचा हात झटकला व लांब पावलं टाकत ती पुढे निघून गेली. मार्विन क्षणभर उभा राहिला. त्याने हॅट काढून आपले घामेजलेले टक्कल पुसले. हॅट चढवत तो तिच्या मागे धावला.

''मिस एलिस, आज सकाळपासून तुला काय झालंय?'' एलिसच्या मागून जेरेमीचा आवाज आला. ''माझ्याकडे बघून एकदासुद्धा हसली नाहीस.''

त्याच्या मधाळ बोलण्याला फसू नकोस. एलिसने स्वत:लाच बजावले. ''मी जेमतेम स्वत:ला सावरतेय. केवढा उन्हाळा आहे. या स्कॉटिश पहाडी प्रदेशात इतका उन्हाळा असेल याची मला कल्पनाच नव्हती.''

''असं फार क्वचितच होतं.'' जेरेमी तिच्या शेजारी येत म्हणाला. त्याने आकाशी रंगाचा शर्ट घातला होता. त्याच्या अंगाला सुवासिक तेलाचा सुगंध येत होता. मनगटावर बांधलेल्या घड्याळाचा सोनेरी पट्टा उठून दिसत होता. एलिसने केलेले सर्व निर्धार हळूहळू गळून पडू लागले.

''आपल्या त्या मेजरची चलाखी तुला कशी वाटली?'' जेरेमीने विचारले, ''लेडी जेनच्या म्हणण्याप्रमाणे एखादा चांगला माणूस असा वागला नसता.''

''मला वाटतं, आपण समजून घ्यायला हवं,'' एलिस म्हणाली. ''खोटं बोलण्याचा मोह होणं अगदी स्वाभाविक होतं. सगळीच माणसं आपल्या गाड्या, घोडे आणि बोटींच्या बाबतीत अशीच बोलत असतात. आपल्या आवडत्या खेळाच्या बाबतीत भली-भली माणसंही सहज खोटारडी होऊन जातात.''

एलिसने जेरेमीकडे चिडून पाहिलं. ती त्याला दूर लोटू पाहत होती. पण जेरेमीला वाटलं की, ती दुखावली गेलीय व तिला अपराधी वाटतंय.

''काल तू नाही का खोटं बोललीस?'' जेरेमीने तिची थट्टा केली. ''तू तो ट्रॉट स्वत: पकडलेलाच नव्हतास असा लेडी जेनने तुझ्यावर आरोप केला होता.''

एलिसचे डोळे डबडबले. ''दुष्ट आहेस तू. तूसुद्धा माझ्यावर आरोप करतोयस.''

''ए, जरा शांत हो,'' जेरेमीने तिचा दंड पकडला. ''कशाला उगाच डोकं फिरवून घेतेयंस?''

''मला काय होतं, हे माझं मलाच कळत नाही.'' एलिस डोळे पुसत म्हणाली. ''त्या जेनबाईमुळे हे सर्व होतंय. ती येता-जाता डंख मारत राहते.''

''तुला माहितेय ना,'' जेरेमीने तिचा हात घट्ट दाबत म्हणाला. ''ती पुन्हा आपल्याला दिसणार नाही. तिला धमकी मिळालीय आणि ती इथून निघून गेलीय. इतकं कुणी गेंड्याच्या कातडीचं असूच शकत नाही. यापुढे कुणीच तिला सहन करू शकणार नाही हे तिच्या पक्कं लक्षात आलंय.''

त्याने तिचा हात आणखी जोरात दाबला. तिचं पाऱ्यासारखं मन चटकन द्रवलं

आणि जेरेमीला विसरून जायच्या तिच्या वल्गना आकाशात विरून गेल्या. एव्हाना सर्व जण जवळजवळ मैलभर चढून वर आले होते. एमी रॉथने तर वैतागून हॉटेलवर परत जायला निघाली होती. जॉन अखेरीस थांबला. ''चला, कीपर्स पूल आला,'' तो मोठ्याने म्हणाला, ''आता सर्वांनी अगदी शांत राहा.'' पाण्याखाली साठलेल्या शेवाळ्यामुळे निर्माण झालेल्या मोकळ्या जागेत अनेक खडक खोलवर रुतून बसलेले होते.

जॉनला गळ टाकताना पाहणे ही खरोखरच आनंददायी गोष्ट होती. त्याने हवेतून उडवलेल्या गळावरची माशी अगदी हळुवारपणे पाण्याच्या पृष्ठभागावर येऊन उतरली. जॉनच्या अंगात उत्साह संचारला होता. तो आपला वर्ग, विद्यार्थी सारे सारे विसरला होता. अचानक एक चंदेरी प्रकाश झगमगला आणि एक सामन पाण्यातून वर उंच उडाला. एलिस आनंदाने टाळ्या वाजवू लागली. सगळ्यांनी तिला गप्प केले.

आता सारा वर्ग, आपल्या शिक्षकाइतकाच अधीर व उत्सुक झाला होता. तितक्यात चार्लीचा पाय घसरून तो जवळजवळ पाण्यात पडत होता. ''स्वत:ला संभाळ,'' हेदर ओरडली व तिने चटकन त्याचा खांदा पकडत त्याला वर खेचले. चार्ली सुरक्षित आहे ना हे पाहण्यासाठी जॉन मागे वळला व त्याच्या हातातला गळ पाण्यात डळमळत उलटसुलटा फिरला गेला.

चार्ली सुरक्षित आहे हे लक्षात आल्यावर जॉन पुन्हा वळला. त्याने हातातल्या दोराला एक जोरात झटका देताच गळाला हळूहळू बाक येऊ लागला. ''तू मासा पकडलायस,'' मेजर दबक्या आवाजात त्याला म्हणाला.

''मला नाही वाटत. एखाद्या खडकासारखी जड वस्तू वाटतेय,'' तो थोडासा बाजूला चालत गेला व त्याने भराभरा रीळ गुंडाळायला सुरुवात केली. गळ चांगलाच जड झाला होता व गळ्याच्या टोकाला अडकलेली वस्तू जोरजोरात हेलकावे खाऊ लागली होती.

तो मनातून घाबरला तो खडक नसावा. एखादी सुकलेली मोठी फांदी डुचमळत असावी. हळूहळू चालत तो मागे मागे येऊ लागला. इतर सर्व जण खडकांवर उभे होते. जॉन तिथपर्यंत येऊन पोहोचला. खडकाखालचे पाणी संथ व स्वच्छ होते.

त्याने आणखी थोडा दोरा गुंडाळला आणि त्याचा धीर हळूहळू खचू लागला. गळाला अडकलेली वस्तू आता पाण्यातून वर येत होती. तो नक्कीच ओंडका असणार अशी त्याची खात्री पटली.

आणि मग एरवी शांत व निर्विकार असणारी डॅफने जीवाच्या आकांताने किंचाळली भोवतालचे ते घनदाट जंगल, किलबिलणारे पक्षी व खळाळणारे पाणी

सगळे वातावरण पाहता-पाहता थरारून गेलं.

खडकावर उभ्या असलेल्या एलिसने आपल्या पायाखालच्या सोनेरी पाण्यात निरखून पाहिलं तर पाण्यातून वर आलेली लेडी जेन तिच्याकडेच डोळे फाडून बघत होती.

लेडी जेनची टम्म फुगलेली, बेढब आकृती हळूहळू वर येत होती. तिची जीभ बाहेर लोंबत होती व सुजलेले डोळे, तिथे उभ्या असलेल्या सगळ्यांकडे वटारून पाहत होते.

''खडकावर डोकं आपटून ती पाण्यात पडली असावी,'' जेरेमीचा हात घट्ट पकडत एलिस कुजबुजली.

जॉन पाण्यात चालत गेला. त्याने ते मृत शरीर उचलले आणि किनाऱ्यावर धप्पकन टाकून दिले. हेदरचा चेहरा पांढराफटक पडला होता. ''मॅक्बेथला बोलाव,'' तो म्हणाला. ''त्या इन्स्पेक्टरला आधी बोलावून घे.''

''पण ती स्वत:च पाय घसरून पडलेली दिसतेय. होय ना?'' हेदरचं अवसान गळलं होतं.

जॉनने लेडी जेनच्या गळ्यापाशी काठी ढोसली. ''तिच्या मानेभोवती गळ गुंडाळला गेलाय. तिचा गळा दाबला गेलाय आणि जरा इकडे बघ.'' त्याने लेडी जेनच्या पायांकडे हेदरचे लक्ष वेधले.

''बापरे,'' एलिस ओरडली. ''तिचे पाय साखळीने बांधलेत.''

''तिने ते स्वत:च बांधले असतील.'' एमी रॉथ म्हणाली. एमीचे ओठ कोरडे पडले होते. ''मार्विन, जवळ घे मला. मला बरं वाटत नाहीये.''

''अरे कुणीतरी आधी पोलीसाला बोलवा,'' जॉन ओरडला. ''आणि त्या लहान मुलाला इथून बाहेर काढा. बाकीचे मात्र जागचे हलू नका.''

''जर हा खून असेल तर आपण सर्वांनीच इथे थांबायला हवं.'' मार्विन म्हणाला. त्याने आपल्या एमीला घट्ट जवळ धरूलं होतं.

''वेड्यासारखं बोलू नकोस,'' हेदरने त्याला दटावलं. ''लेडी जेनसारख्या बाईच्या गळ्यात दोर घालून, तिचा गळा दाबण्यासाठी कुणीतरी तितकाच ताकदवान माणूस असायला हवा. चल, चार्ली. मी तुला मावशीकडे सोडते आणि त्या इन्स्पेक्टर मॅक्बेथला घेऊन येते.''

''मलाही कुणीतरी घेऊन चला,'' डॅफने म्हणाली व वेड्यासारखे हसत सुटली.

''अरे, तिला कुणीतरी गप्प करा,'' एमी कळवळून म्हणाली.

''डॅफने, जरा भानावर ये.'' जॉन कार्टराइटने तिला झापले.

''सर्वांनीच शांत व्हा,'' मेजर समजावणीच्या सुरात म्हणाला.

डॅफने गोंधळून खाली बसली व तिने पाकिटातून सिगरेट बाहेर काढण्याचा प्रयत्न केला. पण तिच्या थरथरणाऱ्या हातातून ती खाली पडली. तिला मदत करण्यासाठी जेरेमी पुढे वाकला. डॅफने त्याच्याकडे रोखून पाहू लागली.

''सर्वांनी वर जाऊन थांबा.'' जॉनने सूचना केली. ''मी या प्रेताजवळ उभा राहतो.''

एलिस, जेरेमी, डॅफने, मेजर आणि मार्विन व एमी रॉथ टेकडी चढू लागले. चिंचोळ्या पाऊलवाटेवरून दाटीवाटीने चढत ते टेकडीच्या पठारावर आले व शांतपणे बसून राहिले. मेजर पीटर फ्रेमने सिगरेट काढल्या व सर्वांना वाटल्या.

मार्विनने शांततेचा भंग केला. ''मला ठाऊक होतं, ती साऱ्या खेळाचा विचका करून टाकणार.'' तो शून्यात पाहात म्हणाला. ''जिवंत असण्यापेक्षा ती मेली हेच बरं झालं. मेली म्हणजे तिचा नक्कीच खून करण्यात आलाय.''

''असेलही. पण आपल्यापैकी कुणी तो नक्कीच केलेला नाही,'' एलिस म्हणाली. आपण घाबरलेला नाही असे भासवण्याचा तिने प्रयत्न केला, पण तिचा आवाज कापत होता व तिच्या अंगावर भीतीने काटा उभा राहिला होता.

''इतकी विचित्र बाई होती ना ती की मला वाटतं, कुणालाही तिचा खून करावासा वाटला असता.'' एमी बोलताना थरथरत होती. ''ती खूप श्रीमंत होती का? बहुतेक तिच्या कुणा नातेवाइकाने तिचा इथपर्यंत पाठलाग करून तिचा खून केला असावा.''

''कदाचित तुझा अंदाज बरोबर असेल.'' मेजर चटकन म्हणाला. ''ती खरोखरंच एक किळसवाणी बाई होती. आपल्यापैकी प्रत्येकाला तिने टोचून-टोचून घायाळ केलं. याचा अर्थ तिने आपल्या घरच्यांनाही कित्येक वर्ष तसंच छळलेलं असणार.''

''आपली सुट्टी आता संपलेली दिसतेय.'' डॅफने सावरलेली दिसत होती. ''पण आता आपलं काय होणार आहे?''

''या खुनाचं प्रकरण मॅक्बेथवर नक्कीच सोपवलं जाणार नाही.'' जेरेमी म्हणाला. ''कुणातरी वरिष्ठ अधिकाऱ्यांना ते पाठवतील. आपली जबानी घेतली जाईल. घराचा पत्ता मागितला जाईल व नंतर आपल्याला जाऊ देतील.''

''हा अन्याय आहे.'' डॅफने हेल काढत म्हणाली. ''आत्ता कुठे मला गळ पकडायला जमू लागला होता. आज मी नक्की मासे पकडणार याची मला पक्की खात्री वाटत होती.''

सर्वांना डॅफनेचे बोलणे पटले होते.

''मी पूर्ण आठवड्याचे पैसे भरलेत आणि मी ते वसूल करणार.'' मेजर म्हणाला. ''नाहीतर त्यांना माझे पैसे परत करावे लागतील. माझी जबानी घेऊन

झाली की, मी पुन्हा मासे पकडायला सुरुवात करणार आहे. यापुढे जॉन कार्टराइट शिकवायला तयार नसेल तर मीदेखील तुम्हाला शिकवू शकतो.''

''मी तुझ्याबरोबर यायला तयार आहे.'' जेरेमी म्हणाला. इतरांनीही मान डोलावली. मेजरने सामन पकडल्याचे भलेही खोटे सांगितले असेल, पण तो गळ टाकण्यात अगदी तरबेज होता. त्याचा गळ कधीही झाडाझुडपात अडकला नव्हता. शिवाय त्याच्यापाशी कृत्रिम माशा बनवण्याचे कसब होते. आपल्या हॅटवर त्यातली एखादी माशी चिकटवून तो मिरवत असे.

''माझ्या मनात तिला ठार मारण्याचा विचार आला होता.'' एलिस अचानक बोलून गेली. ''ती मेली याचा मला आनंदही होतोय व त्याबरोबर अपराधीही वाटतंय. पण तिने मरावं अशी माझी फार इच्छा होती.''

बराच वेळ कुणीच बोललं नाही. सर्वांनाच तिचं बोलणं ऐकून धक्का बसला होता.

''असो,'' जेरेमी चुळबुळत म्हणाला. ''तिने बोलण्याचा प्रामाणिकपणा दाखवला. आपल्यापैकी प्रत्येकालाच तसं वाटलं होतं.''

''मला नव्हतं वाटलं.'' एमी रॉथ म्हणाली. तिच्या पापण्यांजवळची कातडी ताणली गेलेली होती. तिचा चेहरा पौर्वात्य स्त्रीसारखा दिसत होता. ''आम्ही ब्लँचर्ड्स शरीराने व मनाने कणखर असतो.''

''आम्हाला ब्लँचर्ड्सबद्दल सांग.'' डॅफने कर्कशपणे म्हणाली. ''तिथल्या जमिनीबद्दल, पिकांबद्दल, हवामानाबद्दल काहीतरी सांग. जगातल्या कुठल्याही गोष्टीबद्दल बोल, पण कृपा करून खुनाचा विषय काढू नकोस.''

''तू मस्करी करणार नसलीस तर सांगते,'' एमी म्हणाली. ती हळूच नवऱ्याच्या खांद्यावर झुकली व त्याच्या हाताचा आधार घेतला.

''मी अजिबात मस्करी करत नव्हते. मला ब्लँचर्डबद्दल खरंच ऐकायची उत्सुकता आहे. मला तर तुमचा एकेक राजवाडा म्हणजे 'गॉन व्हिथ द विंड'चा उभारलेला सेटच वाटतो. उंची मद्ये, मखमली पडदे.''

एमी खळखळून हसली. ''कुणाचा विश्वास बसेल, न बसेल पण वातावरण तसंच काहीसं होतं. अर्थात मी लहान असतानाच ते सारं संपून गेलं होतं. माझे पप्पा अट्टल जुगारी होते. आमची खूप एकर जमीन होती. त्यावर तुम्ही सिनेमात पाहता तसा 'ब्लँचर्ड मॅन्शन' हा अलिशान बंगला होता. बंगल्यासमोर मोठ्या खांबांवर उभारलेली कमान, लांबरूंद व्हरांडे, हिरवी शटर्स, थंडगार खोल्यांमध्ये दरवळणारा, लॅव्हेंडरचा मंद सुगंध. सगळीकडे फुलांचे बगिचे.'' एमी म्हणाली. विषय खुलू लागला तसे तिचे उच्चारही वेगळे होऊ लागले. एरवी ती बोस्टोनियन उच्चारात बोलायची. ''आणि जुन्या किंमती वस्तू! इतक्या सुंदर, देखण्या आणि नक्षीदार की,

तुमच्या ब्रिटिश राजवाड्यांतही सापडणार नाहीत. अतिशय जुन्या, प्राचीन काळच्या. आम्ही वेगवेगळ्या देशातून त्या मागवलेल्या होत्या.''

''शांत बसा,'' कानावर होत ठेवत मेजर म्हणाला. तो दूरवर पाहत होता. त्याचे सर्व हावभाव अगदी नाटकी असायचे.

हेदर परत येताना दिसत होती. तिच्या मागोमाग इन्स्पेक्टर मॅक्बेथ येत होता. त्याच्या अंगावर नेहमीचाच काळा गणवेष होता. डोक्यावरचे लाल केस पिंजारले गेले होते. तो खास पहाडी लाल रंग होता. कधीकधी दूरून पाहताना त्यांचा रंग, भडक जांभळा दिसत असे.

''मी जरा प्रेताची तपासणी करून येतो,'' तो निर्विकारपणे म्हणाला. ''आज दुपारपर्यंत स्ट्रॅथबेनवरून गुप्तपोलिसांचं पथक इथे येऊन पोहोचेल. तोपर्यंत जवळपास कुणी येणार नाही याची मला खबरदारी घ्यायला हवी. तुम्ही इथेच थांबा. मी जाऊन येतो आणि आल्यावर तुमची जबानी लिहून घेतो.''

सर्व जण पुन्हा शांतपणे बसून राहिले. प्रत्येकाच्याच पोटात भीतीचा गोळा येऊ लागला होता. आत्तापर्यंत सगळे तसे मोकळेपणाने वावरत होते. घडलेल्या घटनेवर अजून कुणाचा नीट विश्वासच बसलेला नव्हता. मॅक्बेथ येऊन पोहोचल्यावर त्यांना खऱ्या अर्थाने वास्तवाची जाणीव झाली.

अचानक एक बुटका माणूस तिथे उपटसुंभासारखा अवतरला व सर्वांकडे आपल्या बटबटीत डोळ्यांनी पाहू लागला. ''डॉक्टर मॅक्आर्थर,'' हेदर म्हणाली. ''मी तुला खाली घेऊन जाते. मॅक्बेथ तिथेच आहे.''

''स्ट्रॅथबेनहून सरकारी डॉक्टर इथे यायला निघालाय,'' डॉक्टर म्हणाला. ''पण तोपर्यंत मी प्राथमिक तपासणी पूर्ण करतो. मॅक्बेथ खुनाबद्दल मला सांगत होता. तोही गोंधळून गेलाय. कदाचित आपल्या हातातलाच गळ, मानेभोवती गुंडाळला गेल्यामुळे ती नदीत पडली असेल.''

''आणि मग पाण्यात बुडून जाण्यासाठी तिने स्वतःच आपल्या पायांना साखळ्या बांधून घेतल्या?'' मार्विन रॉथ कोरडेपणाने म्हणाला.

''तसं असेल तर मला जाऊन पाहायला हवं.''

तो हेदरबरोबर निघून गेला.

पुन्हा सर्व जण वाट पाहू लागले.

''मला भूक लागलीय,'' एलिस अखेर म्हणाली. ''ही काही भूक लागण्याची वेळ नाही हे मला कळतंय, पण मला लागलीय. आपण गाडीत जाऊन थोडंसं खाल्लं तर ते विचित्र दिसेल का?''

''थोडं थांब,'' मेजर म्हणाला. ''आता फार वेळ वाट बघायला लागणार नाही.''

एकेक क्षण आता युगासारखा वाटत होता. गावकरी जमा होऊ लागले होते. सूर्य चांगलाच वर आला होता. मधमाशा आणि फुलपाखरं पठारावर मस्तीत बागडत होती.

अखेर हॅमिश येताना दिसला. उन्हाने तो तापला होता व त्याच्या चेहऱ्यावरची काळजी स्पष्ट दिसत होती.

"आपण सर्व जण आता हॉटेलवर जाऊ या." तो म्हणाला. "पोलीस अधिकारी येईपर्यंत हा सर्व मार्ग मी बंद करतोय. नदीवरचे तटरक्षक इथे पहारा देतील."

एका क्षणापूर्वी त्या सर्वांना इथून कधी एकदा हॉटेलवर परततोय, असं झालं होतं. आत्ता मात्र हॉटेलात जाण्यासाठी त्यांचे मन तयार होईना. कोणत्यातरी एका क्षणी त्यांना सत्य स्वीकारावेच लागणार होते, पण प्रत्येक जण तो क्षण पुढे ढकलण्याचा प्रयत्न करत होता.

हॉटेलपुढच्या हिरवळीवर सर्व जण जमा झाले. इन्स्पेक्टर मॅक्बेथ प्रत्येकाचा चेहरा गंभीरपणे न्याहाळत होता.

"हॉटेलच्या मॅनेजरने, स्वागतकक्षाशेजारची खोली माझ्या ताब्यात दिलीय. मी एकेकाला आत बोलावणार आहे. मिस्टर कार्टराइट तू प्रथम ये."

"मीसुद्धा येते," हेदर चटकन म्हणाली.

"त्याची काही गरज नाही," इन्स्पेक्टर शांतपणे म्हणाला. "मिस्टर कार्टराइट, या बाजूने ये."

हेदर धुसफुसत खाली बसली. तिच्या चेहऱ्यावर प्रचंड ताण दिसत होता. आपल्या मुलाला शाळेत प्रथमच एकटा सोडताना एखाद्या आईच्या चेहऱ्यावर असतो तसा.

हॅमिशच्या मागोमाग जॉन एका छोट्या, काळोख्या खोलीत गेला. खोलीत एक-दोन कपाटं, एक खरवडलेलं जुनं लाकडी टेबल व दोन खुर्च्या होत्या. हॅमिश टेबलामागच्या खुर्चीत बसला. जॉन त्याच्या समोरच्या खुर्चीत बसला.

"तर मग," इन्स्पेक्टरने वही उघडली. "आपण आता सुरुवात करू या. लेडी जेनचं प्रेत काल रात्रीपासून पाण्यात असावं असा डॉक्टरांचा अंदाज आहे. तू तिला शेवटचं कधी पाहिलं होतंस?"

"काल रात्री जेवणाच्या वेळी," जॉनने उत्तर दिलं. "मेजरने तीन सामन पकडले होते. त्याबद्दल पार्टी होती."

"मेजरला सापडलेले मासे." हॅमिश पुटपुटला. "आणि काल रात्री तिच्या अंगावर तेच कपडे होते जे आज मृत्यूनंतर तिच्या अंगावर दिसत होते?"

"हो, म्हणजे मला म्हणायचंय की नाही. नाही. काल रात्री तिच्या अंगावर

फुलाफुलांचा पायजमा सूट व पायात सँडल्स होत्या. पण आज मात्र, आपण सर्वसाधारणपणे मासे पकडताना घालतो, ते कपडे तिच्या अंगावर दिसत होते.''

हॅमिशने वहीत नोंद केली. ''ती कोणता व्यवसाय करते हे तुला ठाऊक होतं?''

''व्यवसाय?'' जॉन म्हणाला. ''ती नोकरी करते हेच मला ठाऊक नव्हतं.''

''ठीक आहे, त्या गोष्टीकडे आपण नंतर वळू. कदाचित तुझ्या बायकोला, तिच्या नोकरीचं स्वरूप माहीत असावं असं मला वाटतंय.''

जॉनच्या कपाळावर घामाचे थेंब जमा झाले. क्षणभर शांतता पसरली. हॅमिशने त्याला पुन्हा तोच प्रश्न विचारला.

''नाही,'' जॉन उसळून म्हणाला. ''मॅक्बेथ, हे तू काय चालवलंयंस? तू आम्हा दोघांनाही पूर्ण ओळखतोस. आमच्या दोघांपैकी कुणीतरी तिचा खून करेल असं तुला वाटतंय?''

''मला काय वाटतंय, याचा इथे प्रश्नच उद्भवत नाही.'' हॅमिश म्हणाला. ''खून न केलेल्या एकेका माणसाला जर मी हळूहळू वगळत गेलो, तरंच मी खून केलेल्या व्यक्तीपर्यंत जाऊन पोहोचेन. आता मला सांग, काल रात्री तू उशिरापर्यंत काय करत होतास?''

''उशिरापर्यंत?''

''हॉटेलच्या नोकरांनी काल रात्री तिला साडेदहा वाजता आपल्या खोलीत शिरताना पाहिलं होतं.''

''मी लवकर झोपलो होतो,'' जॉन म्हणाला. ''आणि हेदरसुद्धा. काल आम्ही खूपच दमलो होतो.''

''वर्गातला कुणी तिच्यावर खुन्नस ठेवला होता?''

''छे. छे. आम्हाला सर्वांनाच ती खूप आवडत होती.'' जॉन उपहासाने म्हणाला. ''अरे, काय विचारतोयस काय तू हे? थोडंतरी डोकं वापर. कुणालाच ती आवडत नव्हती. तुलासुद्धा.''

''हं. लेडी जेनला खवचट टोमणे मारायची सवय होती. तिने तुला कधी दुखावलं होतं?''

''नेमकं असं नाही. पण तिचा उद्धटपणा मला नाही आवडायचा.''

''ठीक आहे. सध्या एवढंच पुरे. मिसेस कार्टराइटला आत पाठवून दे.''

जॉन बाहेर पडत असताना, एलिसचं बोलणं त्याच्या कानावर पडलं. एलिस अर्धवट हसण्याचा प्रयत्न करत होती. ''जरा. विचार कर. आपल्यापैकीच कुणीतरी तिचा खून केलेला असणार. म्हणजे तशी शक्यता नक्कीच...''

तो विचार आता प्रत्येकाच्या मनात येऊ लागला होता. शब्दांमधून व्यक्त झाला

होता. लेडी जेनचं प्रेत सापडल्यापासून अजूनपर्यंत प्रत्येकाने तो मनात दाबून ठेवला होता.

"त्याने तुला आत बोलावलंय," जॉन हेदरला म्हणाला. खोलीचा दरवाजा उघडून देत असताना तो तिच्या कानात कुजबुजला. "ती कुठे नोकरी करत होती हे आम्हाला ठाऊक नसल्याचं, मी त्याला सांगितलंय."

हॉटेलचा दरवाजा उघडला गेला आणि एका गिड्ड्या व चिंताक्रांत दिसणाऱ्या स्त्रीने आत प्रवेश केला. तिने फिकट निळ्या रंगाचा ड्रेस घातला होता. तिच्याबरोबर चार्लीही होता. "मी मिसेस बॅक्स्टर, टिना बॅक्स्टर," तिथे बसलेल्या सर्वांवर नजर फिरवत ती मोठ्याने म्हणाली. "मी आजच आले. बिचारा माझा चार्ली." तिने चार्लीला जवळ घेण्याचा प्रयत्न केला, पण चार्ली चटकन बाजूला झाला. प्रेमाचं असं जाहीर प्रदर्शन त्याला आवडलं नव्हतं.

"तू चार्लीला इथे का घेऊन आलीस?" जॉनने विचारलं. "आम्ही मुद्दाम त्याला या घटनेपासून दूर ठेवलं होतं."

"त्याला आणावंच लागणार होतं." टिना बॅक्स्टर म्हणाली. "कुणीतरी मला सांगितलं की, पोलीस संपूर्ण वर्गाची जबानी लिहून घेणार आहेत. माझ्या मुलाला कुणी भलतेसलते प्रश्न विचारून घाबरवलेलं मी खपवून घेतलं नसतं."

तिची अखंड बडबड सुरू होती. तिच्या बोलण्याने सगळेच गोंधळून गेले होते. आपला घटस्फोट कसा झाला, एकट्या स्त्रीला मूल वाढवणं किती अवघड असतं, लेडी जेन ही दुष्ट व हलकट बाई आहे असं चार्लीने आपल्याला पत्रातून लिहिलं होतं. तिचं बोलणं थांबतंच नव्हतं. धबधब्यासारखं तिचं बोलणं सर्वांच्या कानावर कोसळत होतं. शब्दांवर शब्द आपटत होते.

आणि ती बोलता-बोलता अचानक थांबली व दरवाजाकडे आ वासून पाहत राहिली. स्ट्रॅथबेनवरून हॅमिशचा बॉस आलेला होता.

आपण डिटेक्टिव्ह चीफ इन्स्पेक्टर ब्लेअर असल्याची ओळख त्या धिप्पाड व करड्या रंगाचा सूट घातलेल्या माणसाने स्वतःच करून दिली. त्याच्यासोबत आणखी दोन गुप्त पोलीस अधिकारी होते. जिम्मी अँडरसन व हॅरी मॅक्नॅब. जिम्मी अँडरसन सडपातळ होता व त्याचे संशयी निळे डोळे सर्वांवरून फिरत होते. मॅक्नॅब बुटका व जाड होता. त्याचे केस काळे होते व पाणीदार दिसणारे डोळे काळ्या रंगाचे होते.

"तुमच्यापैकी हा वर्ग कोण चालवतो?" ब्लेअरने विचारले.

"मी," जॉन म्हणाला. "इन्स्पेक्टर मॅक्बेथ आता माझ्या पत्नीची जबानी घेतोय."

"आहे कुठे तो?"

“तिथे,” जॉनने उत्तर दिले. “मी दाखवतो तुला.”

“काही गरज नाही. आम्ही आपापली ओळख करून घेऊ.” ब्लेअर तिरसटपणे म्हणाला.

त्या तिघांना खोलीत शिरताना पाहून हॅमिश चटकन उठून उभा राहिला आणि संधीचा फायदा उठवत हेदर तिथून हळूच बाहेर पडली.

“तूच मॅक्बेथ ना?” हॅमिशने मोकळ्या केलेल्या खुर्चीत बसत ब्लेअरने विचारले. “फारंच धक्कादायक घटना घडलीये. तिचा तपास करणे तुझ्या आवाक्याबाहेरचं आहे. वैद्यकीय पथक आता थोड्याच वेळात दाखल होईल. तू तिथे पहारा देण्यासाठी माणसं उभी केलीस हे फार बरं झालं.”

तो हॅमिशकडे बघून हसला. आपण दिलेल्या शाबासकीचा त्याने कृतज्ञतापूर्वक स्वीकार करावा अशी त्याची इच्छा होती. पण हॅमिशने त्याच्याकडे निर्विकारपणे पाहिले. ब्लेअर त्या नजरेने चवताळला.

“मी आदेश देईपर्यंत तिथला पहारा उठवला जाता कामा नये. कसला वर्ग म्हणायचा हा? मासे पकडायला शिकवण्यासाठी पैसे उकळायचे?” ब्लेअर वैतागला.

“मला वाटतं की, लॉकडू सोडून कुणीही जायचं नाही असं मी त्या सर्वांना जाऊन सांगतो. बरोबर ना?” हॅमिशने विचारले.

“ठीक आहे, ठीक आहे. मी इतरांना बोलावून घेण्याआधी मला एक गोष्ट सांग की, या खुनामागे काय हेतू असेल असं तुला वाटतं?”

“लेडी जेनच्या व्यवसायामुळे ही घटना घडली असावी असं मला वाटतं.” हॅमिश शांतपणे म्हणाला.

“व्यवसाय? कोणता व्यवसाय?”

“लेडी जेन विंटर्स उर्फ मॅक्सवेल ही लंडनच्या ‘इव्हिनिंग स्टार’ या वृत्तपत्रात लेख लिहित असे.”

“मग? लेखिकेच्या कुणी जिवावर उठू शकतो?”

“लेडी जेन ही एक विचित्र स्त्री होती. लोकांच्या खासगी भानगडी चव्हाट्यावर आणण्यात तिला विकृत आनंद मिळत असे. तिच्याविरुद्ध अनेक तक्रारी केल्या गेल्या होत्या, परंतु तिचं लिखाण लोकप्रिय झालं होतं व लोक चवीने तिचे लेख वाचत असत. वर्गातल्या कुणालातरी तिच्या लेखनाविषयी कळलं होतं, पण तिचं नाव जेन मॅक्स्वेल आहे ही गोष्ट मात्र कुणालाच कळलेली नव्हती.”

“तर मग ही गुप्त गोष्ट तू कशी शोधून काढलीस?” ब्लेअरने त्याच्याकडे रोखून पाहत विचारले.

“वॅटसन, माझी ती एक खास पद्धत आहे.” हॅमिश मिश्किल हसला.

“हे बघ मला तुझ्या त्या पहाडी भाषेतलं उत्तर नकोय.” ब्लेअर गुरगुरला.

''तुला ही गोष्ट कशी समजली ते सांग.''

''फ्लीट स्ट्रीटवर माझा एक नातेवाईक काम करतो.''

''आणि तीच जेन मॅक्सवेल आहे हे वर्गातल्या कोणत्या व्यक्तीला ठाऊक होतं?''

''मला माहीत नाही,'' हॅमिश शांतपणे म्हणाला. ''तू आलास तेव्हा मी जबानी घ्यायला नुकतीच सुरुवात केली होती. मी जॉन कार्टराइटशी बोललो आणि मिसेस कार्टराइटशी बोलत असतानाच तू आलास.''

''कामाला सुरुवात करण्यापूर्वी मला माझी व माझ्या माणसांच्या राहण्याची सोय करायला हवी. मी इथेच राहीन, पण इतरांसाठी हे हॉटेल खूपच महागडं आहे. माझ्याबरोबर पाच माणसं आहेत, शिवाय वैद्यकीय पथक थोड्याच वेळात दाखल होईल. मी तुझं ते पोलीसस्टेशन पाहिलं. चांगलंच प्रशस्त आहे. तिथे एक-दोन जणांची सोय होऊ शकेल?''

''माझ्यापाशी स्वतंत्र खोली नाही. स्वत:साठी एकच कॉट आहे. दुसऱ्या बेडरूममध्ये बागेसाठी लागणारं सामान, कोंबड्यांचं धान्य, खतं...''

''आलं लक्षात. उगाच गावठी लांबण लावू नकोस.'' ब्लेअरने त्याच्याकडे चिडून पाहत म्हटलं. हॅमिश त्याच्याकडे पाहून गालातल्या गालात हसला.

बिचारा साधा माणूस आहे, ब्लेअरच्या मनात विचार आला. वर्षानुवर्षं अशा पहाडी मुलुखात राहणं फार अवघड आहे. टेबलावर दोन्ही हात ठेवत त्याने हॅमिशकडे सहानुभूतीने पाहिले. ''मला वाटतं, इतक्या मोठ्या गुन्ह्याचा शोध घेण्यासाठी लागणारा अनुभव तुझ्यापाशी नाही,'' तो म्हणाला. ''तुझ्या पोलीस स्टेशनचा आम्ही ऑफिस म्हणून वापर करू. हॉटेलच्या फोनचं बिल भरणं, मला परवडणारं नाही. माझा स्वत:चाच भत्ता ऑफिसकडून वसूल करताना खूप यातायात करावी लागते. तू तुझी नेहमीची काम करत राहा आणि खून तपासणीचं काम आमच्यावर सोड. आम्ही सर्व खूप अनुभवी अधिकारी आहोत.''

हॅमिश निर्विकार चेहऱ्याने त्या चीफ इन्स्पेक्टरकडे पाहातच राहिला. या उपऱ्या अधिकाऱ्यांना कसं टाळावं याचाच तो काही क्षणांपूर्वी विचार करत होता. ब्लेअरबद्दल त्याचं प्रथमदर्शनीच वाईट मत झालं होतं. ब्लेअरचे सहकारीही त्याला आवडले नव्हते आणि त्याच्या मागून घोटाळत फिरायची, त्याची अजिबात इच्छा नव्हती. पण आता त्याला मुद्दाम काही करायची गरजच उरली नव्हती. ब्लेअरनेच त्याला दूर राहायला सांगितलं होतं. त्यामुळे लेडी जेनच्या खुनाचा शोध तो स्वत:च्या पद्धतीने घेऊ शकणार होता.

''मग मी निघतो.'' हॅमिश म्हणाला. हॅमिशच्या पाठमोऱ्या आकृतीकडे ब्लेअर बराच वेळ पाहत राहिला व त्याने खेदाने मान हलवली. ''गरीब माणूस,'' तो

म्हणाला. "बिचाऱ्याला आयुष्यात यापूर्वी इतकं कठीण काम करायची कधी वेळच आली नसेल आणि काम करायची वेळ आलीच तर ही पहाडी माणसं अंगचोरपणा करतात. हे बघ मॅक्नाब, तू आता त्या अमेरिकन जोडप्याला आत पाठव. अगदी नमुनेदार जोडी वाटतेय."

हॅमिश सरोवराच्या काठावरून रमतगमत चालला होता. अस्ताला चाललेल्या सूर्यामुळे पाणी सोनेरी होऊन गेलं होतं. सीलची जोडी आळसावून अंग हेलकावत उलटसुलट उड्या मारत होती व त्यामुळे उसळलेल्या पाण्यात शिंडाच्या नौका न्हाऊन निघत होत्या.

त्याला दुरून प्रिसिला हालबर्टनची सडपातळ, रेखीव आकृती त्याच्या दिशेने येताना दिसली. त्याला तिची ओढही वाटायची व ती समोर आल्यावर संकोचल्यासारखे व्हायचे. चालता-चालता तो थांबला व किनाऱ्यावरच्या खडकाला रेलून उभा राहिला.

ती त्याच्या शेजारी येऊन उभी राहिली. "मी हे काय ऐकतेय?" प्रिसिला म्हणाली, "डोंगराखालची झाडझुडपं पोलीस खुरडून काढतायंत."

"लेडी जेन विंटर्सचा खून झालाय."

"मी तसंच काहीसं ऐकलं. तीच ना ती मोठी, जाडी, कटकटी बाई?"

"हो. तीच."

"कुणी केला?"

"माहीत नाही आणि स्ट्रॅथबेनवरून आलेल्या अधिकाऱ्यांनी मला घरी जाऊन कोंबड्यांना दाणे घालत बसायला सांगितलंय."

"तू तर खूश झाला असणार. तू काही फारसा उत्साही माणूस नव्हेस."

"ते तुला कसं कळलं, मिस हालबर्टन-स्मिथ? दर आठवड्याला माझ्या हातात काही खुनाची केस येत नाही."

"पण माझे डॅडी जेव्हा भुरट्या चोरींची तक्रार करायला येतात तेव्हा तू त्यांना जागेवरही सापडत नाहीस. मी तर त्यांना सांगून टाकलंय की, इन्स्पेक्टरचं वागणं उगाच मनावर घेऊ नका. कारण तोच दुसऱ्यांच्या वस्तू चोरतो."

"वा! माझ्याबद्दल तू त्यांचं फारंच चांगल मत करून दिलंस."

"नाही रे, मी मस्करी करत होते. तुला खरंच खुनी शोधायचाय? तुला पंतप्रधान वॅटसनची मदत हवीय का? मला माहितीये तू यावर काय म्हणणार. 'खरंच तुझी कमाल आहे हं. तुला हे सुचतं तरी कसं?' "

"मला वाटतं मी त्यांनी सांगितल्यासारखं वागावं. त्यांच्या कामात नाक खुपसू नये." हॅमिशने सरळ साधं उत्तर दिलं.

"चमत्कारिक आहेस. मला वाटलं होतं की, तू खुन्याला शोधण्यासाठी तडफडत असशील. अशा बाबतीत पहाडी माणसं किती उतावीळ असतात." प्रिसिला निराश होऊन म्हणाली.

"अं? हो..." हॅमिश त्यावर काहीतरी म्हणणार होता, पण त्याचं लक्ष दुसरीकडे वेधलं गेलं. मिसेस बॅक्स्टर व चार्ली हॉटेलमधून बाहेर पडलेले होते.

"तुला त्यांच्याशी बोलायचंय का?" प्रिसिला त्याच्या नजरेचा मागोवा घेत म्हणाली. "मला तुमचं बोलणं ऐकता येईल?"

"छे. छे. त्या मुलापाशी एक नवीन स्टॅम्प आहे. मला तो पुन्हा बघायचाय."

"हॅमिश मॅक्बेथ, तुझ्यापुढे ना अगदी हद्द आहे. जाऊ दे, तुझ्या मागे लागण्यात अर्थ नाही." तो तिच्याकडे पाहून मिश्कील हसला. "म्हणजे तू माझ्या मागे लागली होतीस?" त्याने डोक्यावरची हॅट पुढे सरकवली व खिशात हात सरकवून तो चार्लीच्या दिशेने निघून गेला.

प्रिसिला धुसफुसत त्याच्या पाठमोऱ्या आकृतीकडे चिडून पाहू लागली.

दिवस पाचवा

पूर्णत्वाची आस धरण्याचा सल्ला देणं खूप सोपं असतं, पण
तो प्रत्यक्षात आणणं अशक्य असतं.

- मॅक्स्वेल नाईट, बर्ड गार्डनिंग

सकाळचे सातच वाजले होते, पण एलिस घाईघाईने अंगावर कपडे चढवत
होती. पत्रकारांचा गराडा पडण्यापूर्वी तिला हॉटेलातून बाहेर निसटायचे होते. काल
हळूहळू एकेक बातमीदार येऊ लागला होता व पाहता-पाहता संध्याकाळपर्यंत
त्यांची फौज जमा झाली होती. प्रश्नार्थक चेहऱ्यांची फौज. आपण लहानपणी
केलेल्या गुन्ह्याच्या आठवणीने, तिचे मन काळवंडून गेले होते. जर लेडी जेनने ती
गोष्ट शोधून काढली असेल, तर या पत्रकारांनाही त्याचा शोध लागणं अवघड
नव्हतं. एरवी आपला फोटो पेपरातून आल्याचं पाहून एलिस हरखून गेली असती.
पण भूतकाळाच्या विळख्यातून ती बाहेर पडू शकत नव्हती. काल संध्याकाळी
जेरेमी तिच्याशी फारच आपुलकीने वागला होता. पण त्याला जर ती गोष्ट समजली
तर तो आयुष्यात आपलं तोंडही पाहणार नाही याची तिला भीती वाटत होती.
पत्रकारांच्या ससेमिऱ्याबद्दल मेजरने हॉटेल मॅनेजरला चांगलेच खडसावले होते व
त्यानंतर मॅनेजरने पत्रकारांना हॉटेलात येण्यास मज्जाव केला होता. बिचारा मॅनेजर
हॉटेलच्या झालेल्या बदनामीमुळे आधीच कावला गेला होता, मात्र येणाऱ्या
पत्रकारांमुळे बारचा गल्ला वाढतोयं हे पाहून थोडा सुखावलाही होता. पण जेव्हा
मेजरशिवाय त्यांची इतरही जुनी गिऱ्हाइकं तक्रार करू लागली तेव्हा त्या सर्वांची
राहण्याची व्यवस्था त्याला गावामध्ये करावी लागली. किनाऱ्यापलीकडच्या एका
वसतिगृहात त्यांची रवानगी केली गेली.

एलिस खोलीतून बाहेर पडणार इतक्यात फोनची घंटा वाजू लागली. तिने

झटकन फोन उचलला. तिच्या आईचा किंचित चिडलेला-घाबरलेला आवाज तिच्या कानावर आला. ''एलिस, हे काय आहे? आजच्या पेपरात तुझं नाव छापून आलंय. तू कुठे जातेयस हे आम्हाला तू धड सांगितलंदेखील नव्हतंस. आम्हाला किती काळजी वाटतेय.''

''ठीक आहे, आई.'' एलिस म्हणाली. ''या सर्वाशी माझा काहीच संबंध नाहीये.''

''अगं, ते मलासुद्धा ठाऊक आहे, पण खून झालेल्या ज्या बाईचा फोटो छापून आलाय ना ती गेल्या आठवड्यात घरी येऊन गेली होती. आम्हाला प्रश्न विचारून तिने अगदी भंडावून सोडलं होतं. खेडेगावातल्या तरुण मुली लंडनला जाऊन का स्थायिक होतात याबद्दल तिला म्हणे एक लेख लिहायचा होता.''

हेदरकडून लेडी जेनने आपला पत्ता मिळवला असणार हा विचार मनात येताच एलिसच्या पोटात खड्डा पडला.

घाबरून ती जवळजवळ किंचाळलीच. ''मला एकदा कोर्टात उभं राहावं लागलं होतं याबद्दल तिला काही समजलं?''

''तुला कधीच कोर्टात जावं लागलेलं नाही.''

''तुला आठवतंय? मी मिस्टर जेनकिन्सच्या खिडकीची एकदा काच फोडली होती आणि मग त्याने मला कोर्टात खेचलं होतं.''

''ते होय? तिने असंकाही मला विचारलंही नाही आणि ती गोष्ट इतकी क्षुल्लक होती की, आता कुणाच्या लक्षातही नसेल. अरे, पण हो, ती बाई मॅगी हॅरिसनच्या घरीही गेली होती.''

एलिसने ओठ गच्च आवळून धरले. मॅगी हॅरिसनशी तिचं खूप वर्षांचं शत्रुत्व होतं. मॅगीला जर ती घटना आठवली तर ती सांगितल्याशिवाय राहणारच नाही.

''काय गं, काय झालं? तू गप्प का?'' आई पलीकडून ओरडत होती. ''मी पब्लिक बूथवरून बोलतेय आणि माझे पैसे संपत चाललेत. तू फोन करतेस का?''

''नाही, नाही. मला आत्ता निघायचंय. मी ठीक आहे. काळजी करू नकोस.''

''तू तुझी नीट काळजी घे आणि संभाळून राहा. अशा कुठल्यातरी माणसांबरोबर तू राहिलेली मला अजिबात आवडत नाही.''

फोन कट झाला.

एलिसने फोन ठेवला व आपला घामेजलेला हात स्वेटरला पुसला. आपण इतके का घाबरतोय? लेडी जेन तर आता कधीच काही लिहू शकणार नाही.

ती झटकन खोलीबाहेर पडली. पावसाची संततधार लागली होती.

तिने बाहेर एक नजर टाकली. न जाणो, चटकन एखादा पत्रकार आपल्यावर झडप घालायला यायचा, या विचाराने ती झपझप चालू लागली. पण तिला दूरपर्यंत

कुणीच दिसले नाही. ती घुटमळली. हॉटेलातच थांबून राहणं जास्त योग्य ठरेल का? पत्रकार तर हॉटेलात आता येऊच शकत नाही. मग उगाचच बाहेर पडायचा धोका का पत्करायचा? पण कुणीतरी विशेषत: जेरेमी आपल्या हातून घडलेला गुन्हा शोधून काढेल, ही भीती मात्र तिला सतत टोचत राहिल्याने अखेर तिने हॉटेलात परत न जाण्याचा निर्णय घेतला.

एलिस इन्स्पेक्टर हॅमिशच्या घरी पोहोचली. तो दारातच कोंबड्यांना दाणे टाकत होता. तिच्या पावलांचा आवाज येताच तो गर्रकन वळला. एलिस त्याच्याकडे पाहात ओशाळून हसली.

''तुझी जबानी संपली?'' त्याने विचारले.

''हो संपली.'' एलिस म्हणाली. ''ती बाई पेपरात लेख लिहायची हे मला खरंच माहीत नव्हतं आणि त्यांना माझं म्हणणं पटलं.''

''मी चहा बनवणारच होतो. घेणार?''

''हो.'' एलिस अगदी आनंदाने म्हणाली. गणवेश नसताना हॅमिश किती वेगळा दिसतो. तिच्या मनात विचार आला. त्याने जीन्स व लष्करी स्वेटर घातला होता व मुख्य म्हणजे त्याच्या डोक्यावर हॅट नव्हती. गुन्ह्याच्या तपासणीत मॅक्बेथचा सहभाग असणार नाही हे ब्लेअरने आधीच स्पष्ट केले होते. मॅक्बेथ आपल्याला नीट मान देत नाही म्हणून तो नक्कीच चिडलेला असणार. तुला कुणाचा संशय येतोय का किंवा गेल्या काही दिवसात एखादी विचित्र घटना घडली होती का असे जेव्हा ब्लेअरने तिला विचारलं होतं तेव्हा तिने मानेनेच नाही म्हटलं होतं. मात्र नंतर एखादी गोष्ट आठवली तर मी ती लगेच इन्स्पेक्टर मॅक्बेथला सांगेन असं म्हटल्यावर, हॅमिशचा व या केसचा काहीही संबंध नाही असं ब्लेअरने तिला सुनावलं होतं.

एलिस हॅमिशच्या पाठोपाठ स्वयंपाकघरात गेली. खोली लांब, पण अरुंद होती. खिडकीजवळ एक टेबल ठेवलेलं होतं.

तिने सभोवार एक नजर टाकली. खोलीत भरपूर पसारा दिसत होता. मासिकांचे गठ्ठे, काचसामान, शेतीची अवजारं दिसत होती. शिवाय व्हिक्टोरिअन बाहुल्या आणि जॅमच्या बाटल्याही ठेवलेल्या होत्या.

''मी साठेबाज आहे,'' हॅमिश म्हणाला. ''वस्तू साठवून ठेवल्या तर भविष्यात त्या चांगल्या किमतीने विकल्या जातात असं माझं मत आहे. मला कुठलीही वस्तू फेकून द्यायला अगदी जिवावर येते. दूध व साखर चालेल ना?''

''हो, हो,'' एलिस म्हणाली. त्याने तिच्या हातात कप दिला व तिच्या बाजूच्या खुर्चीत बसत त्याने आपल्या कपात पाच चमचे साखर टाकली.

''मी तुला एखाद्या खुनी माणसासारखी दिसते?'' एलिसने मुद्दामहून विचारलं.

''मला वाटतं खुनी माणूस हा कुठल्याही सर्वसामान्य माणसासारखाच दिसतो.'' इन्स्पेक्टर शांतपणे म्हणाला. ''आता ह्या लेडी जेनचंच उदाहरण घे. जॉनच्या वर्गात येणाऱ्या माणसांबद्दल तिने माहिती मिळविण्यासाठी केवढी यातायात केली. कोणकोण येणार, हे तिला कसं कळलं?''

''हा, ते अगदीच सोपं होतं. हेदरने प्रत्येकाला पाठवलेल्या पत्रात सर्वांचीच नावं आणि पत्ते होते. तिचा त्यात एवढाच हेतू होता की, प्रत्येकाला आपल्या जवळपास कोण राहतंय हे कळेल व त्याच्याबरोबर इथपर्यंत येता येईल. म्हणून तर जेरेमी व डॅफने एकत्र आले. त्यापूर्वी ते एकमेकांना ओळखतही नव्हते.'' एलिस चटकन बोलून गेली आणि मग लाजेने चूर झाली. ती खाली मान घालून गुपचुप चहा पिऊ लागली.

''इथे आल्यानंतर तिने माझी व माझ्या कुटुंबाची माहिती मिळवली.'' हॅमिश म्हणाला. ''त्यासाठी तिने गावातल्या दोघा-तिघांकडे चौकशी केलेली असणार. छोट्या गावात कोणतीच गोष्ट लपून राहत नाही.''

''ती इथे आलीच नसती तर खूप बरं झालं असतं.'' एलिस कळकळीने म्हणाली. ''तिने माझं आयुष्य उद्ध्वस्त केलं.''

''खरंच? आणि ते कसं काय?''

पावसाची संततधार सुरूच होती, पण हॅमिशचं अस्ताव्यस्त स्वयंपाकघर मात्र शांत व उबदार वाटत होतं. एलिसला मन मोकळं करायची तीव्र इच्छा होत होती.

''समज एखाद्या तरुण मुलाला एक मुलगी आवडू लागलेली असेल,'' त्याची नजर टाळत ती म्हणाली. ''आणि जर त्याला समजलं की, लहानपणी त्या मुलीच्या हातून एखादं कृत्य... एखादा गुन्हा घडलेला आहे तर तो त्या मुलीला दूर ढकलेल?''

''ते त्या मुलावर अवलंबून आहे. आता तू जर मिस्टर जेरेमी ब्लिथबद्दल बोलत असशील...''

''तुझ्याही लक्षात आलंय तर. तो माझ्याशी खूप गोड वागतो.'' एलिसने डोक्यावरची हॅट काढून केसातून हात फिरवला.

''तू कोणता गुन्हा केला आहेस त्यावर हे अवलंबून आहे,'' हॅमिश म्हणाला. ''आता तू जर आईला विष पाजण्याचा प्रयत्न केला असशील किंवा...''

''छे छे. तसलं काहीच नाही,'' एलिस म्हणाली. ''मी चार्लीच्या वयाची असताना एकदा मिस्टर जेनकिन्सच्या खिडकीवर वीट फेकून, नको ते धाडस केलं हातं. मिस्टर जेनकिन्स हा तिरसट म्हातारा होता. आमच्याच गल्लीत राहायचा. माझ्या मैत्रिणींच्या नादाला लागून मी वीट भिरकावली होती. त्याने माझ्यावर आरोप करून मला कोर्टात उभं केलं. त्याचा शेवट काय झाला तर मला ताकीद दिली

गेली, आईला त्याची काच भरून द्यावी लागली व एका वर्तमानपत्रात त्यासंबंधी कोपऱ्यात एक छोटी बातमी छापून आली. ती खरंच एक क्षुल्लक घटना होती, पण जेरेमीसारखा माणूस ती मनावर घेईल का रे? तो तसा महत्त्वाकांक्षी... म्हणजे... लोकसभेच्या निवडणुकीला उभा राहणार आहे. आणि... आणि आता मी तुला सगळं सांगून टाकल्यावर मला असं वाटायला लागलंय की, मी उगाचंच काळजी करत बसले होते. मी त्यालाही सांगून टाकायला हवं. दुसऱ्या कुणीतरी सांगण्याआधी मीच सांगितलेलं बरं. तो त्यावर खो-खो हसत सुटेल.''

''जर ती इतकी मामुली गोष्ट असेल,'' हॅमिश म्हणाला व त्याने आपल्या कपात आणखी थोडा चहा ओतला. ''तर माझ्यामते तू ती कोणालाच न सांगितलेली बरी. मिस विल्सन काय किंवा मिस्टर ब्लिथ काय, दोघेही शिष्ट व दांभिक माणसं आहेत. ते इथे सुट्टीवर आले आहेत म्हणून, एरवी त्यांनी तुझ्यात जराही रस दाखवला नसता.''

एलिस चवताळून उभी राहिली. ''तू शिष्ट आहेस,'' ती म्हणाली. ''आणि असभ्यसुद्धा. मी आत्ताच जाऊन जरेमीला सांगते आणि मी इथे पुन्हा जेव्हा मिसेस ब्लिथ होऊन येईन, तेव्हा तुला तुझे शब्द मागे घ्यावे लागतील.''

''जशी तुझी इच्छा.'' हॅमिशने खांदे उडवले. स्वयंपाकघराचा दरवाजा धाडकन बंद करून ती घराबाहेर पडली. आपण जरा आचरटपणे वागलो याची हॅमिशला खंत वाटली. एलिसवरून त्याला अचानक ॲन ग्रँटची आठवण झाली. ॲन लॉकडूमध्येच लहानाची मोठी झाली होती. दिसायलाही ठीक होती. दोन वर्षांपूर्वी एका उन्हाळ्यात ती एका हरहुन्नरी तरुणाबरोबर काही दिवस गाडीतून भटकताना दिसली होती. तो तरुण इथे सुट्टीत मजा करण्यासाठी आला होता. आपलं त्याच्याशी धुमधडाक्यात लग्न होणार असल्याची आवई तिने स्वत:च उठवली होती, पण एक दिवस तो पाहुणा निघून गेला आणि ॲन आजारी पडली. रडून-रडून तिचे डोळे सुजून गेले. अचानक तिचा बाडबिस्तरा गुंडाळून, गर्भपात करून घेण्यासाठी तिला ग्लॅस्गोमधल्या एका नातेवाइकाकडे पाठवण्यात आलं. हॅमिशला त्याच्या एका नातलगाकडून कळलं की, ती आता ग्लॅस्गोमध्ये टायपिस्टची नोकरी करतेय आणि आयुष्यात पुन्हा लॉकडूचं व आपल्या घराचं तोंडही न पाहण्याचा तिने निर्णय घेतला होता. आपण इतक्या साध्या कुटुंबात जन्म घेतला नसता तर त्या तरुणाने माझ्याशी नक्की लग्न केलं असतं असं तिचं म्हणणं होतं.

खोटा प्रतिष्ठितपणा ही एक भयंकर गोष्ट आहे, तरुण मुलींच्या तर जिवाशी खेळ होतो. पण अशा प्रेमाखातर मुलींनी मृत्यूला कवटाळावं? प्रश्न खरोखरच विचार करण्यासारखा होता.

एलिस जवळजवळ धावतच हॉटेलात पोहोचली व थेट जेरेमीच्या खोलीसमोर

जाऊन उभी राहिली. तिने जोरजोरात दरवाजा ठोठावला. 'दार उघडं आहे, मी आंघोळ करतोय.' आतून आवाज आला.

तिने दरवाजा ढकलला. खुनाच्या घटनेमुळे ती जरा जास्तच बिथरली असावी किंवा कदाचित ती आपल्या स्वप्ननगरीत फारच जास्त काळ रेंगाळली असावी. पण आता आपलं लग्न होणारच आहे किंवा आपण जर अधिक जवळीक दाखवली तर तो आपल्याशी नक्की लग्न करेल असं मनाला समजावत ती आत शिरली. ती अगदी सहज बाथरूमपर्यंत चालत गेली व टबच्या काठावर बसली.

"कसा आहेस?" ती म्हणाली.

जेरेमीने अंगावर साबणाचा फेस ओढत अंग झाकण्याचा कसाबसा प्रयत्न केला व नजरेला नजर न देता विचारलं, "तू पीत तर बसली नव्हतीस ना? म्हणजे आपण तसे सगळेच त्या खुनाच्या लफड्यामुळे गोंधळून गेलोत पण…"

एलिस धाडकन जमिनीवर आली. "मी बेडरूममध्ये थांबते." ती श्वास घेत म्हणाली. "तुला एक गोष्ट सांगितल्याशिवाय मला चैन पडत नाहीये."

खिडकीच्या पडद्याशी चाळा करत ती अस्वस्थपणे कॉटवर बसून राहिली. आपण इतकं धाडसी पाऊल उचलायला नको होतं असा विचार करत स्वत:लाच कोसू लागली.

कमरेला पांढरा टॉवेल गुंडाळून व दुसऱ्या टॉवेलने केस पुसत, जेरेमी बाहेर आला.

एलिसने मान फिरवली व ती रुमालाशी उगाचच चाळा करत राहिली.

"आता तू अगदी नेहमीसारखी दिसतेयस." जेरेमी म्हणाला. "क्षणभर मला वाटलं होतं की, तू माझ्यावर बलात्कारच करणार."

"उगाच माझी थट्टा करू नकोस." एलिस म्हणाली. त्याने ती गोष्ट इतक्या चेष्टेत, इतक्या परक्यासारखी घ्यायला नको होती असं तिला वाटत राहिलं. मॅक्बेथचं म्हणणं खरं ठरलं तर?

पण लग्न झाल्यावर नाहीतरी ती गोष्ट उघडी पडणारच आहे, त्यापेक्षा आत्ताच त्याला सांगून टाकलेलं बरं. अखेर तिने एका दमात त्याला सांगूनही टाकलं.

सांगत असताना ती भूतकाळात शिरली होती. तो कडक उन्हाचा दिवस, ते धुळीने भरलेलं कोर्ट, रस्त्यावरून वितळणारं डांबर, सारं सारं तिच्या नजरेसमोर उभं राहिलं होतं. तिची आई शरमेने रडत होती आणि बदनामीने काळवंडलेला तिचा स्वत:चा चेहराही तिला आठवत होता.

तिने जेरेमीकडे अवघडून पाहिलं. तो तिच्याकडे लक्षपूर्वक पाहत होता. खरंतर आपल्या आयुष्यात घडलेलं एक गुपित एलिसला सांगावं की नाही या संभ्रमात तो अडकला होता व त्याच वेळी त्याची नजर एलिसच्या छोट्या, उंच स्तनांभोवती घट्ट

आवळलेल्या ब्लाउजवर खिळलेली होती. देवा, ती घटना घडून आता किती युगं लोटली... आणि कालचा खून आठवून त्याच्या मनात पुन्हा ती सर्व भीती व काळजी दाटून आली. लेडी जेनला एलिस का घाबरत होती हे आता त्याला कळलं होतं. पण लेडी जेनने आपलं तोंड बंद ठेवावं म्हणून त्यालाही बरेच मानसिक क्लेश सोसावे लागले होते. त्याने घड्याळ पाहिले. सकाळचे साडेआठ. मद्य प्राशन करण्याची जरी वेळ झालेली नसली तरी दुसरी नशा भोगायला तर काहीच हरकत नव्हती.

तो एलिसच्या शेजारी चिकटून बसला व त्याने तिला जवळ ओढली. एलिस आता त्याच्या ओलसर छातीवर रेलली होती. ''या गोष्टीला तुझी काही हरकत नाही?'' एलिस त्याच्या कानात कुजबुजली.

''अजिबात नाही,'' तिच्या केसातून हात फिरवत तो म्हणाला. त्याच्या घामाचा व अंगावर शिंपडलेल्या पावडरचा एकत्र मिसळलेला तीव्र व उग्र वास तिच्या नाकात शिरला. तो तिचा एक स्तन हळुवार कुरवाळू लागला.

एलिसच्या अंगावर सरसरून काटा आला. ती काही कुमारिका राहिलेली नव्हती. दोन वर्षांपूर्वी एका मद्यपार्टीनंतर केवळ मजा म्हणून व कुतूहलशमनापोटी एका अनोळखी गृहस्थाबरोबर संग करून तिचा कौमार्यभंग झाला होता. तेसुद्धा त्याच्याच गाडीच्या मागच्या सीटवर. तिला तर त्याचे आता नावही आठवत नव्हते. तो सगळाच प्रसंग तिला वेदनादायक व सुमार दर्जाचा वाटत होता. तो पुरुषही दणकट व रासवट होता.

स्त्री स्वातंत्र्याच्या वगैरे कल्पना अजून एलिससारख्या मुलीच्या मनात रुजलेल्या नव्हत्या. त्याचे ओठ जेव्हा तिच्या ओठांना चोखू लागले तेव्हा तिच्या मनात विचार आला, ''जर मी आज त्याची शय्यासोबत केली तर त्याला माझ्याशी लग्न करावंच लागेल.''

एकमेकांच्या मिठीत विसावल्यावर एलिसचे कपडे आपोआपच उतरवले गेले. आता जेरेमीच्या अंगावर त्याच्या खानदानी इभ्रतीला शोभेल अशी एक तरी गोष्ट असायला हवी असा चमत्कारिक विचार तिच्या मनात चमकून गेला. निदान सोनेरी घड्याळ तरी. कारण त्याचा धसमुसळेपणा आणि त्याच्या अवजड शरीराच्या वजनाने ती दबून व घुसमटून चालली होती. गाडीत घडलेल्या प्रकारासारखाच हा ही तितकाच वेदनादायक व हीन दर्जाचा वाटू लागला होता. त्याने ते सर्व लवकर लवकर आटोपून टाकावे एवढीच तिची इच्छा होती. पण लैंगिक सुखाचा तो परमोच्च बिंदू गाठण्याचं दडपण. म्हणजे नक्की काय असतं, ते? तो साहजिकच त्याच क्षणाची वाट पाहत असावा. तिने वाचलं होतं की, अशा क्षणी स्त्रिया अतिसमाधानाने चित्कारतात. आपण जर असे ओरडलो तर आणखी एक खून

झालाय असं समजून दहा लोक गोळा होतील.

आपल्या अर्धवट हुंकारातून तो अधूनमधून शांततेचा भंग करत होता. पण त्यात प्रेमाचा ओलावा बिलकूल नव्हता. अखेरीस आता हे आपल्या सहनशक्तीबाहेर चाललंय असं तिला वाटत असतानाच अचानक तो तिच्या अंगावर कोसळला. तिने सुटकेचा एक जोरात सुस्कारा टाकला. जेरेमी तिच्या कानाचं चुंबन घेत म्हणाला, ''तुलाही मजा आली ना.'' तिच्या सुस्काऱ्याचा अर्थ त्याने तिला झालेल्या समाधानाशी जोडला होता.

''जेरेमी, माझं तुझ्यावर खूप प्रेम आहे.'' एलिस त्याच्या अंगाभोवती हात टाकत कुजबुजली. तिच्या नजरेसमोर उंची गाड्या, महागडे कपडे, खानदानी भाषा आणि त्याचं खासदारपद तरळत होतं.

''खरंच?'' त्याने भुवई तिरकी करत विचारलं. ''छान आहे की.'' त्याने तिच्या नाकाचं चुंबन घेतलं व तिला खसकन जमिनीवर ओढलं. ''चटकन तयार हो. मला भूक लागलीय.''

एलिस कपडे गोळा करत बाथरूममध्ये शिरली. आंघोळ करून कपडे चढवल्यावर तिला जरा बरं वाटू लागलं. सकाळी सकाळी संभोग केवढा सुसंस्कृतपणा! हा तर नीतीचा ऱ्हास, पण किती सुंदर आणि दर्जेदार!

ती लिपस्टिक लावत असतानाच जेरेमी मोठ्याने ओरडला. ''मी खाली चाललोय. उशीर करू नकोस.''

एलिसचा हात थरथरला. लिपस्टिक गालाला लागली. कागदी रुमालाने तिने ती नीट पुसली व त्याला गाठण्यासाठी लागेच बाहेर पडली, पण तो निघून गेला होता.

व्हरांड्यात दोन सेविका कपडे वाळत घालत होत्या. दोघींनी तिच्याकडे वेगळ्याच नजरेने पाहिलं. ''गुड मॉर्निंग,'' एलिस त्यांना म्हणाली व तिने त्यांच्याकडे असंकाही रोखून पाहिलं की जणू तिला त्यांच्या नजरेचा अर्थ कळून चुकलेला होता.

ती खाली पोहोचली तेव्हा तिच्या वर्गातले सर्व जण एका कोपऱ्यातल्या टेबलावर बसले होते. हॉटेलच्या मॅनेजरने जणू त्यांना बहिष्कृत करून आडोशाला फेकून दिलं होतं. रॉथ जोडपं होतं. डॅफने, मेजर व जेरेमी असे पाच जण होते. चार्ली बहुधा त्याच्या मावशीबरोबर घरीच नाश्ता करत असावा, पण जॉन व हेदर कार्टराइट कुठे गेले होते?

''ठाऊक नाही,'' डॅफनेने खांदे उडवले. ''मला वाटतं ते आपल्याला परत द्यायच्या पैशाचा हिशेब करत असतील. जेरेमी डार्लिंग, जरा संत्र्याचा मुरंबा सरकवतोस का?''

एलिस चमकली. आपला हक्क दाखवून द्यायची वेळ आलीय हे तिने ताडलं.

जेरेमीच्या शेजारी खुर्ची सरकवत ती बसली. तिने टेबलाखालून जेरेमीचा हात दाबला व त्याच्याकडे बघून अगदी गोड हसली.

"एलिस, मला खाण्यासाठी दोन्ही हात लागतात," जेरेमीने सर्वांसमोर तिला झापलं. एलिसने आपला हात झटकन काढून घेतला. डॅफने खळखळून हसली.

हेदर व जॉन कार्टराइट हॅमिशच्या स्वयंपाकघरात बसून चहा पीत होते. सहज या बाजूने जात होतो म्हणून जरा डोकावलो असं त्यांनी हॅमिशला सांगितलं होतं.

हॅमिशशी सविस्तर बोलायला हवं ही गोष्ट हेदरने जॉनला सुचवली होती. हॅमिशचा आधार घेणं गरजेचं होतं. कारण तो तसा कुचकामी असला तरी शेवटी कायद्याचा माणूस हाता. शिवाय खुनाची चौकशी कोणत्या दिशेने चाललीय हे त्याच्या कानावर येण सहज शक्य होतं.

"ह्या खुनामुळे आमच्या शाळेवर गदा येऊ नये एवढीच माझी इच्छा आहे," जॉन शून्यात पाहत म्हणाला.

"मला नाही तसं वाटतं." हॅमिश तळलेला मांसाचा तुकडा ताटलीत टाकत म्हणाला. "अर्थात खुनी सापडला तरंच. उलट या घटनेमुळे तुमच्या शाळेला एकदम प्रसिद्धीही मिळून जाईल."

"ती एका वृत्तपत्रात स्तंभ लिहायची हे जेव्हा ब्लेअरकडून समजलं तेव्हा तर मी उडालोच."

हॅमिशची त्यांच्याकडे पाठ होती. तो स्टोव्हवर मांसाचे तुकडे तळण्यात गर्क हाता. "म्हणजे ही गोष्ट तुला आधी ठाऊक नव्हती?" त्याने विचारलं.

काही क्षण शांततंत गेले. मग जॉन म्हणाला, "अजिबात नाही. आधी माहीत असतं तर आम्ही तिला प्रवेशचं दिला नसता."

"पण ती इथे येऊन पोहोचल्यावरही तुम्हाला कळलं नाही?"

पुन्हा शांतता. हॅमिश वळला. त्याच्या हातात आणखी एक तुकडा होता.

"छे. नव्हतं कळलं." जॉन ठासून म्हणाला.

हॅमिशने शांतपणे दुसरा तुकडा ताटात ठेवला व स्टोव्ह विझवला. चहाचा कप घेऊन तो त्यांच्या बाजूला येऊन बसला.

"तुम्हाला ऑस्ट्रियातून एक पत्र आल्याचं माझ्या कानावर आलं होतं. तुम्ही त्या पत्राचा बोळा करून खिडकीबाहेर फेकून दिला. तुम्हाला वाटलं ते नदीत जाऊन पडेल. पण त्या वेळी ओहोटी होती आणि ते नेमकं चार्लीच्या हातात पडलं. पत्रावरचा स्टॅम्प त्याला फारच आवडला. मी दुसऱ्यांची पत्र कधीच वाचत नाही, पण जेव्हा खुनासारखी भयंकर घटना घडते तेव्हा मात्र मी माझा सुसंस्कृतपणा बाजूला ठेवून देतो. ऑस्ट्रियात स्की रिझॉर्ट चालवणाऱ्या तुझ्या मित्राने तुला लेडी

जेनसंबंधी त्यात इशारा दिला होता.''

''दुसऱ्याची खासगी पत्र वाचायचा तुला काहीही हक्क नाही.'' जॉन चिडून म्हणाला. हॅमिशने त्याच्याकडे थंड नजरेने पाहिलं.

हेदरने जॉनच्या खांद्यावर हात ठेवला. ''हे बघ जॉन, आता लपवण्यात काहीच अर्थ नाही.'' ती मनाने थकलेली होती. ''आम्हाला ठाऊक होतं. पण पत्र वाचून आम्ही घाबरून गेलो. ही शाळा हेच आमचं आयुष्य आहे. तिला नावारूपाला आणण्यात आम्ही आमचं सर्वस्व ओतलंय. ते ती आमच्या हातातून हिरावून घेणार काढणार याची आम्हाला भीती वाटली.''

''पण तुझा तो स्की रिझॉर्ट चालवणारा मित्र तर घटस्फोटित होता. तुमच्यासारखा तो काही लग्न करून सुखाने नांदत नव्हता.'' हॅमिश म्हणाला. ''लेडी जेनने त्याला बदनाम केल्यामुळे त्याचं आयुष्य उद्ध्वस्त झालं, कारण तो आपल्या घटस्फोटित बायकोला बरीच वर्षं पोटगी देत नव्हता. तुमच्याबाबतीत तर तशी काहीच परिस्थिती नव्हती. ज्या वेळेस लेडी जेनबद्दल तुम्हाला माहिती कळली तेव्हा ही बाई पैसे कमावण्यासाठी कुठल्या थरापर्यंत जाऊ शकते हे तुम्ही तिच्यादेखत वर्गात जाहीर करणं योग्य नव्हतं का?''

''मला ते सुचलं नाही.'' जॉन हैराण होत म्हणाला. ''तुला कदाचित ठाऊक असेल की, खून झाला त्या रात्री मी जेनला भेटलो होतो. जेवण झाल्यावर मी तिच्या खोलीत गेलो होतो.''

''आणि मग...?''

''ती माझ्या तोंडावर फिस्कन हसली होती. ती मला म्हणाली की, हे तुझं मासे मारण्याचं प्रशिक्षण म्हणजे ससाण्याच्या किंवा हरणाच्या शिकारीसारखं आहे. श्रीमंतांचा खेळ. तुझ्या वर्गात येणारी माणसं ही सामाजिक किंवा राजकीय महत्त्वाकांक्षेने पछाडलेली असतात हे मी सिद्ध करून दाखवणार आहे व त्यांना त्यांची खरी जागा दाखवून देणार आहे.''

''बाप रे,'' हॅमिश चहा ढवळत म्हणाला. ''ती कम्युनिस्ट होती की काय?''

''ती कम्युनिस्ट पक्षाची सभासद नसावी... म्हणजे तुझ्या म्हणण्याचा तसा अर्थ असेल तर मी स्पष्ट करतो.'' जॉन म्हणाला. ''लोकांचा मानसिक छळ करणं हाच तिचा छंद होता. तिच्या हातात वृत्तपत्रासारखं माध्यम असल्यामुळे ती लोकांवर दबाव आणायची, धमक्या द्यायची. स्कॉटलंडच्या भाषेत बोलायचं तर ती विघ्नसंतोषी होती.''

''तुझी शाळा बदनाम करण्याची तिने तुला धमकी दिली होती?''

''अगदी स्पष्ट शब्दात नव्हे, पण तिच्या मनात तेच होतं.''

''कशावरून?''

"मी तिला म्हणालो की, ही शाळा उभारण्यासाठी मी खूप कष्ट घेतलेयत. कृपा करून तिला बदनाम करू नकोस ती पुन्हा निर्लज्जपणे हसली व मला चालता हो म्हणाली. मग मी म्हणालो..."

"बोल ना," हॅमिशने हळुवार शब्दात सांगितले.

"सांगून टाक त्याला," हेदर म्हणाली.

"मी म्हटलं, तुला ठार मारीन मी." जॉन दबक्या आवाजात म्हणाला. "मी जोरजोरात ओरडलो होतो. मला हे ब्लेअरला सांगितलंच पाहिजे. मला वाटतं, जेरेमीने ते ऐकलेलं असणार."

"मिस्टर ब्लिथ? त्याने कसं काय ऐकलं? जेरेमी तिच्या शेजारच्या खोलीत राहत होता?"

"नाही. मी बाहेर पडलो तेव्हा तो व्हरांड्यात उभा होता."

"मिस्टर मॅक्बेथ, आता आम्ही काय करायला हवं?" हेदरचा धीर सुटत होता.

"मला वाटतं, तुम्ही ब्लेअरला सांगावं. तुम्ही लपवायला गेलात तर त्याला अधिकच संशय येईल. शिवाय लेडी जेनपाशी तुम्हाला बदनाम करण्यासाठी कोणताच मालमसाला असण्याची शक्यता नव्हती."

दोघांनीही माना डोलावल्या.

"आणि मला सांग की, लेडी जेन बरोबरचा थोडा वेळ सोडता, जॉन तुझ्यासोबच होता ना रात्रभर. म्हणजे तुम्ही एकत्र होता ना?"

"तू असं का विचारतोयंस?" हेदरचा चेहरा पांढरा पडू लागला होता.

"मी विचारतोय," हॅमिश थंडपणे म्हणाला. "कारण कुठल्याही माणसाच्या असं सहज मनात येऊ शकतं की, तुमच्यापैकी एकाने घराबाहेर पडून तिला मारलं असेल. भले, तुम्ही दोघांनी मिळून ते कृत्य केलं नसेलही."

"आपण इथून निघालेलं बरं," हेदर म्हणाली. "ब्लेअरला सांगून टाक की, आम्ही मरागला जाऊन नेहमीप्रमाणे वर्ग सुरू करतोय. काहीही घडलेलं नाही असं समजून वागलेलं बरं."

ते दोघे निघून जात असतानाच हॅमिशने बुटांचा आवाज ऐकला होता. चहाचा कप तसाच हातात धरून तो बाहेर आला.

"तुझ्या अंगावर गणवेश दिसत नाही?" ब्लेअर गुरगुरला. तो हॅमिशच्या खुर्चीत बसला होता व त्याच्या शेजारी त्याचे साहाय्यक उभे होते.

"एक मिनिटात आलो," हॅमिश निर्विकारपणे म्हणाला.

"या प्रकरणात पडू नकोस असं मी तुला बजावलं होतं. तरीही जॉन आणि त्याची बायको इथे आली होती ना?"

"हो."

"त्यांना तुझ्याशी काय बोलायचं होतं?"

"त्यांनी एक गोष्ट तुझ्यापासून दडवली होती. त्यांना आता ती तुला सांगून टाकायचीय. शिवाय ते आज नेहमीप्रमाणे मरागला वर्ग सुरू करतायत. ती जागा इथून जवळच आहे. तू तिथे जाऊन हवं तर त्यांना भेटू शकतोस."

"हे काय चाललंय? इथे प्रसंगाचं गांभीर्य कुणाला कळत नाही की काय?"

"काही धागेदोरे मिळाले?" हॅमिशने विचारलं.

"एक धागा सापडलाय. वैद्यकीय अहवालानुसार तिचा वेगळ्याच ठिकाणी गळा दाबून खून केला गेलाय व नंतर तिला झुडपातून खेचून आणत तळ्यात भिरकावलं गेलंय."

"पण यात सापडलं काय?"

"एक फोटो मिळालाय," ब्लेअरने रोखायच्या आत मॅक्नॅबने सांगूनही टाकलं होतं. "फोटोच्या उजव्या भागाचा टवका उडालाय."

तो कृष्णधवल रंगातला फोटो होता. हॅमिश निरखून पाहू लागला.

एका स्त्रीच्या कपाळाचा वरील भाग दिसत होता. ती स्त्रीच असावी कारण डोक्यावर राजघराण्यातल्या स्त्रिया घालतात तसा एक छोटासा मुकुट दिसत होता. त्यामागे एका पोस्टरवर इंग्रजी अक्षरात 'बाय ब्रिट' असे लिहिलेले होते.

"याचा अर्थ ब्रिटिश वस्तू खरेदी करा असा असणार," हॅमिश म्हणाला. "म्हणजे हा फोटो साठ सालातला असावा. त्या काळात पंतप्रधान विल्सनने देशी वस्तूच खरेदी करण्याची मोहीम आखली होती. जॉनच्या वर्गातल्या तरुण मुलांकडे तो असणं शक्यच..."

"वा! या माणसाला डोकं चालवता येतं तर." ब्लेअरने खिल्ली उडवली. "तो तर्क तर आम्ही दोन सेकंदातच केला होता. तू आता जा आणि गावातल्या एखाद्या चर्चमध्ये खोका किंवा पेटी लपवलीय का हे तपास. एवढ्याशा लहान गावात किती चर्च बांधले आहेत?"

हॅमिश जाण्यासाठी वळला.

"आणि आधी अंगावर गणवेश चढव." ब्लेअर ओरडला.

"म्हणजे," हातातले कागद चाळत ब्लेअर म्हणाला, "यावरून तरी ते सर्वच निर्दोष असावेत असं दिसतंय. पण त्यांच्यातल्या एकाला की लेडी जेन आपल्याविषयी काहीतरी छापणार याची भीती वाटलेली असणार. या भीतीने त्या व्यक्तीने तिचा खून केलेला असणार. काल आपण ज्या-ज्या लोकांना फोन केला, त्यांच्या सतत संपर्कात राहा. त्यात रॉथ जोडपंही आलं. त्यांच्याबद्दलची सगळी माहिती मिळवा.एफबीआयकडून काही फॅक्स आलाय का याची चौकशी करा. त्यांच्यापैकी

कुणी यापूर्वी पोलिसांच्या जाळ्यात अडकलं होतं का हे बघा. तुमच्यासाठी खूप कामं आहेत.''

हॅमिशने गणवेश चढवला. तो मनातून अतिशय चिडलेला होता. वर्गातल्या लोकांशी जाऊन बोलायचं असं त्याने मनाशी पक्कं ठरवून टाकलं. कुणाच्यातरी तोंडून काहीतरी नक्कीच बाहेर पडेल याची त्याला खात्री होती. खुनाची केस असली म्हणून घाबरून जाण्याचं काहीच कारण नव्हतं. शेवटी सगळे गुन्हेगार एकसारखेच असतात. मग तो पाकीटमार असो किंवा गुरं पळवणारा असो. त्यांच्याशी बोलावं लागतं, त्यांना प्रश्न विचारावे लागतात. त्यांचं बोलणं शांतपणे ऐकावं लागतं, त्यांचे चेहरे निरखावे लागतात व शांतपणे वाट पाहावी लागते. ब्लेअरला जे करायचं असेल ते करू दे. तो मरागला जाऊन, जेरेमी त्या दिवशी लेडी जेनच्या खोलीबाहेर काय करत होता याचा छडा लावत बसणार. तो मागच्या दाराने बाहेर पडत असताना, पत्रकार बंधू पोलीस स्टेशनमध्ये शिरत होते.

एखाद्या सर्वसामान्य माणसाचा खून झालेला असला तर ही पत्रकार मंडळी एक-दोन दिवसापेक्षा गावात जास्त रेंगाळत नाहीत. पण हा खून एका नावाजलेल्या व्यक्तीचा झाला होता. शिवाय हे गाव तसं बरंच दूर असल्यामुळे प्रवास व राहण्याचा भत्ता मिळणार होता. त्यामुळे हे प्रकरण जितकं लांबेल तितकं त्यांचं फावणारच होतं. शिवाय लेडी जेन ही पत्रकारच होती.

दिवस तसा उबदार व दमट होता. पाऊस जरी थांबला असला तरी दाट धुकं पसरलेलं होतं. डास व चिलटं चारही बाजूंनी घोंगावत होती. हॅमिशने खिशातून एक जंतुनाशक द्रव्याची ट्यूब काढली व तोंडावर त्यातली पेस्ट व्यवस्थित चोळली.

तो मरागला पोहोचला तेव्हा जॉनचा वर्ग एखाद्या जंगली चित्रपटात सैनिकांची तुकडी जशी इमानदारपणे काम करत असते तसा आपल्या अभ्यासात मग्न दिसत होता. प्रत्येकाने आपल्या चेहऱ्यावर डासांपासून संरक्षण करणारी जाळी लावली होती.

हॅमिश दुरूनच एकेकाला अजमावू लागला. जॉन व हेदरला ओळखणं सोपं होतं. त्यांच्या इतक्या सफाईने दुसऱ्या कुणीही पाण्यात गळ टाकलेला नव्हता. उंचीमुळे चार्लीही झटकन ओळखता येत होता. जवळच्या खडकावर त्याची आई बसली होती. तिचं सर्व लक्ष चार्लीवर केंद्रित होतं. जणू कोणत्याही क्षणी पोलीस येऊन तिच्या मुलाला तुरुंगात डांबणार होते. हॅमिश तिच्यापाशी गेला.

''हा सगळा मूर्खपणा चाललाय,'' हॅमिशला पाहताच तिने मनात साठलेला राग ओकायला सुरुवात केली. ''वादळी वातावरण आहे. वर्ग बंद करून सर्वांना आपापल्या घरी पाठवायला हवं.''

“पण ते सगळे तर छान मजेत दिसतायत,” हॅमिश म्हणाला.

“मला त्यांचं वागणंच समजत नाही.” मिसेस बॅक्स्टर रडकुंडीला आली होती. “आपण आपला वर्ग चालू ठेवायचा असं त्या कार्टराइट जोडप्याने जाहीर करताच ते सर्व जण एका पायावर तयार झाले. हेच लोक क्षणापूर्वी कार्टराइटकडून पैसे वसूल करण्याच्या बाता मारत होते. चार्लीला मी सांगितलं की, तू सरळ माझ्याबरोबर घरी चल. तर त्याने माझं बोलणं धुडकावून लावलं. अगदी त्याच्या वडिलांसारखं.” मिसेस बॅक्स्टरच्या डोळ्यात दोन टपोरे अश्रू उभे राहिले होते. “मी चार्लीला इतक्या दूर पाठवायलाच नको हातं. त्याचं पत्र मिळताक्षणी मी गाडी पकडून इथे आले.”

“तू इथे नेमकी कधी आलीस?”

“ते मी पोलिसांना सांगितलंय. मी लॉकडूला पोहोचले तेव्हा लेडी जेनचा खून झालेला होता.”

“पण मिसेस मॅकफर्सनं तर तुला आदल्या रात्रीच गावात पाहिलं होतं.”

“ती मी नव्हते. तिने दुसऱ्या कुणालातरी पाहिलं असेल.”

“तुला ठाऊक आहे ना की, ब्लेअर गावात येणाऱ्या बसेस व गाड्यांची तपासणी करतोय,” हॅमिश म्हणाला. “खरं बोललेलं नेहमी बरं असतं. लेडी जेन ही पत्रकार असल्याचं तुला माहीत होतं.”

मिसेस बॅक्स्टर अचानक शांत झाली होती. हातातल्या रुमालाशी चाळा करत होती. तिच्या अंगावर पावसाचे तुषार पडत होते. “माझ्या शेजाऱ्यांपाशी ती माझ्याबद्दल चौकशी करत होती.” अखेर ती दबक्या आवाजात म्हणाली. “माझं शेजाऱ्यांशी कधीच पटलं नाही. त्यांनी तिला माझ्याबद्दल वाट्टेल ते सांगितलेलं असणार. अगदी घटस्फोटाबद्दलसुद्धा. पण घटस्फोट ही काय फार मोठी गोष्ट आहे का? दरवर्षी ब्रिटनमध्ये राहणारी निम्मी जोडपी घटस्फोट घेतात. मला त्यात काहीही शरम वाटत नाही आणि तसं मी तिला स्पष्ट सांगितलं.”

“तू लेडी जेनला सांगितलंस?”

“गाडीत बसण्यापूर्वी मी तिला फोन केला होता.” मिसेस बॅक्स्टर गोंधळून म्हणाली, “आणि मी तिला हेही बजावलं की, जर तू माझ्या चार्लीबद्दल काही वाईटसाईट लिहिलंस तर मी...”

“तिला ठार मारीन?”

“रागाच्या भरात माणूस काहीही वाट्टेल ते बोलून जातो. याचा अर्थ तो तसाच वागेल असा होत नाही.” मिसेस बॅक्स्टरचा आवेश आक्रमक होता. “हे सर्व खूप त्रासदायक आहे. तुला माहितीये, काल रात्री चार्लीला दिलेला गळ कुठे आहे असं विचारायला तो पोलीस अधिकारी मॅक्नॅब, माझ्या बहिणीच्या घरी आला होता.”

''नाही. मला ठाऊक नाही. मला तर हे ऐकून धक्काच बसला.''

''बसणारच. एका लहान मुलावर तुम्ही संशय घेता?''

''त्यामुळे मला धक्का नाही बसलाय. त्यांनी आल्याआल्याच सर्वांपाशी असलेले गळ का तपासून पाहिले नाहीत याचं मला आश्चर्य वाटतंय. कुणाचा गळ हरवल्याचं तुला काही कळलं?''

''मला माहीत नाही. ते तुला ठाऊक असायला हवं. त्यांनी प्रत्येकाच्या हातांचे ठसेसुद्धा घेतले.''

सरोवराच्या दिशेने पोलिसांची गाडी दुरून येत असल्याचे हॅमिशने पाहिले व तो लगेच एका झाडामागे सरकला आणि खालच्या रस्त्याने गावात जायला निघाला. जेरेमीला अजून थोडी माझी वाट पाहावी लागणार त्याला वाटलं. हॅमिश थेट हॉटेलमध्ये पोहोचला व त्याने मॅनेजरला गाठलं. सगळे पत्रकार कुठे गेलेत, त्याने मॅनेजरला विचारलं. त्याला वाटलं होतं की, हॉटेलचे व जॉनच्या शाळेचे फोटो काढण्यासाठी त्यांची झुंबड उडालेली असणार.

''ब्रिटनमध्ये एक फार मोठा राजकीय हल्ला झालाय. त्यामुळे बहुतेक पत्रकार माघारी पळालेत. त्यांना फार मोठी बातमी मिळालीय. तिच्यासमोर आपल्या इथे झालेला खून अगदीच मामुली आहे. शिवाय ब्लेअरने मरागकडे जाणाऱ्या रस्त्यावर नाकाबंदी केलीय. त्याला पत्रकारांबद्दल तिटकारा आहे. मॅक्बेथ, खुनी इसमाला तूच पकडू शकतोस आणि या सगळ्यातून आमची सुटका करू शकतोस.''

''अं? बघू.'' हॅमिश गालात हसला. ''लेडी जेनच्या खोलीत मला डोकावता येईल?''

''ब्लेअरने खोलीला कुलूप लावलंय. खोलीत कुणालाही जाऊ द्यायचं नाही अशी पोलिसांची सूचना आहे.''

''मी स्वत:च पोलीस आहे. मला आत जाऊ द्यायला काय हरकत आहे?''

''हो. काहीच हरकत नाही. चल माझ्याबरोबर. पण मला वाटतं खोलीतली कुठलीही वस्तू तू हलवू नयेस. माझ्या लक्षात आलंय की, ब्लेअरला तू तेवढासा आवडत नाहीस.''

हॅमिश मॅनेजरच्या मागोमाग हॉटेलचा जिना चढून वरच्या व्हरांड्यात आला. ''त्यांनी हॉटेलच्या सर्व खोल्यांचा नकाशा माझ्याकडून मागून घेतला.'' मागे वळून न पाहता मॅनेजर म्हणाला. ''नकाशा घेण्याचं काय प्रयोजन होतं हे मला काही कळलं नाही. कारण मी तर ऐकलंय की, मध्यरात्रीच्या सुमारास डोंगराच्या कडेला तिचा गळा दाबून खून केला गेला व जवळच्या तळ्यात तिला फेकून दिलं गेलं. त्यांना म्हणे एक फोटो मिळालाय, म्हणून मग त्यांनी हॉटेलच्या अगदी कामवालीपर्यंत सगळ्यांच्या हाताचे ठसे घेतले. खरंतर त्या फोटोवर आणि त्या बाईच्या पायाला

बांधलेल्या साखळ्यांवर कुणाच्याच हाताचे ठसे सापडलेले नाहीत. दोन दिवस सगळं जंगल आणि पाणी उपसून काढल्यावरही त्यांच्या हातात काहीच आलेलं नाही. मग हॉटेलच्या नोकरांच्या हातांचे ठसे घेण्यात काय मतलब होता? ब्लेअरला उगाचच अधिकार गाजवायची सवय आहे. ही बघ, ही लेडी जेनची खोली.''

त्याने खोलीचं दार उघडलं. सरोवर दिसू शकेल अशी खोली लेडी जेनने निवडली होती. ''मी निघतो. तू तुझं काम कर,'' मिस्टर जॉन्सन खुशीत दिसत होता. ''मला या खुनाचं विशेष वाईट वाटलेलं नाही. त्यामुळे माझा धंदा वाढलाय. पुढच्या चार-पाच आठवड्याचं बुकिंग होऊन गेलंय. अबर्डिनपासून लोक गर्दी करताहेत. ह्या तेलव्यापाऱ्यांकडे अक्कलेपेक्षा पैसा जास्त असतो.''

हॅमिश आता त्या खोलीत एकटाच उभा राहून सभोवार बारकाईने पाहत होता. लेडी जेनने येताना आपल्याबरोबर काही टिपणं काढलेले कागद आणलेले असतील ही गोष्ट ब्लेअरच्या नक्कीच लक्षात आलेली असणार. प्रत्येक वस्तूवर धूळ साठली होती व धुळीवरील हातांचे ठसे ठसठशीत दिसत होते. हॅमिशने तपास सुरू केला. दरवाजालगतच्या छोट्या हॉलमध्ये एक लहानसे टेबल व खुर्ची होती, बाजूला असलेल्या बैठकीच्या खोलीत एक लिखाणाचे टेबल, टेलिव्हिजन सेट व दोन आरामखुर्च्या होत्या. त्याच्या शेजारी बेडरूम व बाथरूम होती.

लिखाणाच्या टेबलावर टाइपरायटर होता व टेबलावर कोऱ्या कागदांचा गठ्ठा पडलेला दिसत होता. त्याने टेबलाचे खण काळजीपूर्वक तपासले. लिखाण केलेला एकही कागद त्याला सापडला नाही. ब्लेअरने सर्वच कागद आपल्या ताब्यात घेतलेले असणार.

त्याने लक्ष बेडरूमकडे वळवलं. कपाटात लेडी जेनची अंतर्वस्त्रे होती. त्याला काही लेडी जेनची निवड आवडली नाही. त्याने सर्व खण उपसून पाहिले. त्यात काहीच नव्हते. एखादी पर्स असलीच तर ब्लेअरने ती घेतलेली असणार. बिछान्याखाली दोन सूटकेस होत्या. दोघींनाही कुलपं लावलेली होती.

हॅमिशने खिशातून चाव्यांचा जुडगा बाहेर काढला व तो कामाला लागला. त्याच वेळी त्याचे कान दाराकडे टवकारलेले होते. न जाणो, ब्लेअर हॉटेलात परतण्याची शक्यता नाकारता येत नव्हती. अखेर पहिली बॅग उघडली गेली, पण त्यात फक्त लॅव्हेंडर स्प्रे, दोन गुन्हेगारीवरच्या कादंबऱ्या, थोडे कपडे व एक हेअर ड्रायर होता. त्याला एकही कागद सापडला नाही. दुसरी सूटकेस तर पूर्ण रिकामी होती.

त्याने बिछाना तपासला. कार्पेट उलटे करून पाहिले, बाथरूममधलं कपाट शोधलं, पण त्याला कागदाचा कपटाही मिळाला नाही.

मॅनेजरने दरवाजाला किल्ल्या अडकवलेल्या होत्या. हॅमिशने शांतपणे कुलूप

लावले व खाली येऊन मॅनेजरच्या हातात चाव्या सोपवल्या.

त्याने मरागला परत जायचं ठरवलं, पण बाहेर पडत असतानाच त्याला बाजूच्या खोलीतून बोलण्याचे आवाज ऐकू आले व कोचावर चुळबुळत बसलेली एलिसही दिसली.

"ते आता जेरेमीला घेऊन आत गेलेत." एलिस त्याला म्हणाली. "हे कधी संपणार आहे? आता माझा नंबर आहे आणि मग उरलेल्यांचा. जेरेमीला मी माझा तो लहानपणीचा कोर्टकिस्सा सांगितला, पण त्याने त्या गोष्टीला काहीच महत्त्व दिलं नाही. तुझा अंदाज साफ चुकला."

"खरं सांगतेस?" तिला नीट न्याहाळत त्याने विचारले.

एलिसने मान फिरवली व ती हॅमिशची नजर टाळू लागली. जेरेमीने सबंध दिवसात तिची दखलही घेतली नव्हती.

हॅमिश बाहेर पडला. सर्वांबद्दल आणखी माहिती गोळा करणे जरुरीचे होते. त्याच्यापाशी वर्गातल्या लोकांची नावे व पत्ते होते. मार्विन व एमी रॉथपासून तो सुरुवात करणार होता. पण आता तो पोलीस स्टेशनमधला फोन वापरू शकत नव्हता. ब्लेअरने तिथे आपलं ऑफिस थाटलं होतं. तो जरी आता हॉटेलात असला तरी त्याचे दोन साहाय्यक त्या ऑफिसातच ठिय्या मारून बसलेले असणार.

हॅमिशची गाडी त्याच्या घराबाहेरच पार्क केलेली होती. हालबर्टन-स्मिथच्या घरी त्याने चालत जायचे ठरवले. पाऊस थांबला होता व थंड वारा वाहायला सुरुवात झाली होती. रस्ते ओले झाले होते. डोंगर धुक्यात बुडून गेला होता व केसाळ मेंढ्या गाडीसमोर येताच एखाद्या लोकरीचा कोट घातलेल्या चिडखोर वर्गशिक्षिकेसारख्या त्रासिक मुद्रेने गाडीकडे पाहत होत्या.

मुख्य रस्ता सोडून चिंचोळ्या गल्लीमधून जात तो बंगल्यापाशी पोहोचला. एखाद्या छोट्या किल्ल्यासारखा वाटणारा तो टुमदार बंगला, मागच्या शतकात, व्हिक्टोरियन राणीच्या राज्यातील एका मद्यविक्री करणाऱ्या मोठ्या व्यापाऱ्याने बांधला होता. पहाडी मुलखाला आधुनिक स्वरूप द्यायचे राणीने ठरवले होते. बंगल्याच्या वर बुरूज होता. तोफा डागण्यासाठीचा रणगाडा होता. गोळ्या मारण्यासाठी भिंतीत भेके पाडलेली होती.

हॅमिशने पितळी दरवाजा ढकलत दिवाणखान्यात प्रवेश केला. दिवाणखान्याची भिंत दगडी होती. तिथून तो इस्टेट ऑफिसमध्ये शिरला. तिथे मिस्टर हालबर्टन-स्मिथची सेक्रेटरी, ल्युसी भेटेल अशी त्याची अपेक्षा होती. पण ऑफिसमध्ये कुणीच नव्हते व शिसवी लाकडाच्या टेबलावर ठेवलेला लालभडक रंगाचा टेलिफोन जणू त्याचीच वाट बघत बसलेला होता.

तो टेबलाशेजारी बसला व थोडा वेळ विचार करून त्याने फ्लीट स्ट्रीटमधील

'डेली रेकॉर्डर'च्या रॉरी ग्रँटला फोन लावला. रॉरी थोडा वैतागलेला वाटत होता ''मला जर लॉकडूमधल्या खुनाची बातमी मिळू शकत नसेल तर माझ्या पोलीस नातलगाचा उपयोग काय? मी तर बॅग भरून तिकडेच यायला निघालो होतो, पण लिबियाने ब्रिक्स्टनमध्ये बॉम्बहल्ला करण्याचा प्रयत्न केला आणि इथेच अडकलो. आता तुझ्या इथल्या खुनाकडे कुणाचेच लक्ष राहिलेले नाही, पण तू मला साधा एक फोनसुद्धा केला नाहीस. मी तुझ्या पोलीस स्टेशनमध्ये अनेक फोन केले, पण तिथल्या माणसाने दर खेपेस मला उडवून लावले.''

''हे बघ रॉरी, मी जर तो खुनी शोधून काढला तर अजूनही त्याची पानभर बातमी तुला छापता येईल.'' हॅमिशने त्याला चुचकारले. ''तुला तर जॉन कार्टराइटच्या वर्गातील लोकांची नावे ठाऊकच आहेत. सगळ्याच पेपरात ती छापून आलेली आहेत. त्यांच्याबद्दल जरा जास्त माहिती गोळा करता आली तर जरा बघ आणि मला सांग की, न्यू यॉर्क किंवा ऑगस्टामधली एखादी व्यक्ती पूर्वी कधी पोलिसांच्या कचाट्यात सापडली होती का हे बघण्यासाठी मी काय करायला हवं.''

''तुला इतकीही अक्कल नाही का रे? सरळ एफबीआयला फोन लाव.''

''पण मला वाटतं आमच्या चीफ इन्स्पेक्टर ब्लेअरने तिथे आधीच फोन केलेला असणार. मला त्याच्या कामात लुडबूड करायची नाही.''

''मग तुला तिथल्या वृत्तपत्रांच्या ऑफिसेसमध्ये चौकशी करावी लागेल. पण त्यासाठी मला माझ्या परदेशी पत्रकार मित्रांची नावे व फोन नंबर्स जरा शोधावे लागतील. तू फोन चालू ठेव. हॅमिश, तू म्हणजे ना पक्का लोचट माणूस आहेस.''

हॅमिश फोन कानाशी धरून शांतपणे बसून राहिला. थोड्याच वेळात रॉरीने त्याला हवी असलेली माहिती पुरवली.

त्याने रॉरीचे आभार मानले. काही वेळ तो तसाच त्या किल्ल्यातील भयाण शांततेत बसून राहिला व मग त्याने न्यू यॉर्कला फोन लावला. त्याचे नशीब जोरात होते. रॉरीने सांगितलेला माणूस त्याला हवी असलेली माहिती अगदी आनंदाने द्यायला तयार झाला. त्या माणसाला आज काही विशेष काम नव्हते. हवं तर मी पाच मिनिटांत तुला परत फोन करतो असं त्याने हॅमिशला सांगितले. ''नको. नको. तू पाहिजे तेवढा वेळ घे.'' हॅमिश म्हणाला. त्याला काही स्वतःच्या खिशातून फोनचं बिल भरायचं नव्हतं.

थोड्याच वेळात तो वार्ताहर मार्विन रॉथसंबंधीची माहिती गोळा करून आला. ''फार जुनी गोष्ट आहे,'' तो खुशीत येऊन म्हणाला. ''एकोणीसशे सत्तर सालातली असावी. त्याचा कपड्यांचा व्यापार होता व त्यात तो गोत्यात आला होता. त्याने परदेशी घुसखोरांना नोकरीवर ठेवले होते व त्यांचा पगार थकवला होता. प्रकरण वाढलं होतं, पण कोर्टापर्यंत पोहोचलंच नाही. पैसे चारून तो मोकळा झाला. आता

त्याला राजकारणात जायचंय. आज तो शहरातला प्रतिष्ठित माणूस आहे. सामाजिक संस्थांना मोठमोठ्या देणग्या देतो, फॅशन शो करतो. अणूबॉम्ब बंदीच्या मोहिमेत त्याने पुढाकार घेतला आहे. शिवाय पर्यावरणाच्या कामातसुद्धा तो आघाडीवर आहे. आता त्याचा इतिहास कुणीही उकरून काढू शकत नाही. स्वभाव आक्रमक आहे आणि शहरातल्या बड्या धेंडांशी त्याची सलगी आहे. आणि एक लक्षात ठेव, माझ्या संपादकाचा तो खास मित्र आहे. तेव्हा ही माहिती तुला कशी मिळाली याची कुठेही वाच्यता करू नकोस.''

''म्हणजे तुला म्हणायचंय की, तू या गोष्टी कधीच छापू शकणार नाहीस?''

''अगदी बरोबर.''

''सगळंच चमत्कारिक आहे.'' निराशेने मान हलवत हॅमिश म्हणाला. ''मी अजून न्यू यॉर्क पाहिलेलंच नाही. सध्या हवामान कसं आहे?''

हालबर्टन-स्मिथच्या पैशावर तो त्याच्याशी आणखी पाच मिनिटं बोलत राहिला. तेवढ्यात त्याला त्या फोटोवरचे 'बाय ब्रिट' हे वाक्य आठवले. त्याचा अर्थ ब्रिटिश वस्तू विकत घ्या असाच असणार, पण कदाचित ती अमेरिकन जाहिरात असू शकते.

''त्याबद्दल कधी काही ऐकल्याचं आठवत नाही.'' तो अमेरिकन वार्ताहर म्हणाला. ''पण मी विचारून ठेवीन.'' हॅमिशने त्याला हालबर्टन-स्मिथचा नंबर दिला व काही माहिती मिळाल्यास ती प्रिसिलाला सांग असे त्याला सांगितले.

नंतर त्याने ऑगस्टा, जॉर्जियाला फोन लावला. इथे मात्र तो कमनशिबी ठरला. तिथला वार्ताहर तिरसट व उद्धट निघाला. एमी रॉथ-ब्लँचर्डबद्दल आपल्याला काहीही ठाऊक नसल्याचं त्याने फटकन सांगून टाकलं. पुन्हा मला फोन करू नकोस असंही त्याने सांगून टाकलं.

हॅमिशने फोन ठेवला व उसासा सोडला.

त्याला बुटाच्या टाचांचा आवाज आला व तो एकदम धडपडून उभा राहिला. कर्नल हालबर्टन-स्मिथ खोलीत शिरला. तो गिड्डा, सडपातळ व शीघ्रकोपी माणूस होता. त्याची पन्नाशी उलटली असावी. प्रिसिलासारख्या सुंदर मुलीला असा विक्षिप्त बाप लाभावा याचे वैषम्य त्याला पुन्हा एकदा वाटले.

''ऑफिसर, तू इथे काय करतोयंस?'' फोनकडे संशयाने पाहत तो खेकसला.

''मी तुझीच वाट पाहत होतो.'' हॅमिश म्हणाला. ''तुझ्या मुलीने मला सांगितले की, तुला अजूनही त्या भुरट्या चोरांपासून त्रास होतोय.''

''मी आत्ताच तुझ्या त्या दळभद्री पोलीस स्टेशनवर जाऊन आलो. आपण एका खुनाच्या तपासात व्यग्र आहोत असं तिथल्या जाड्या माणसाने मला सांगितलं. त्याला मी म्हणालो की, काल रात्री कुणीतरी माझ्या हरणाला गोळी मारून जखमी

केलंय तर त्याने थंड नजरेने माझ्याकडे पाहिलं. तुम्ही सगळेच बिनकामाचे आहात. मला सांग, तू काय करू शकतोस?''

''मी नक्की या प्रकरणात लक्ष घालतो.'' हॅमिश समजावणीच्या सुरात म्हणाला.

''तुला घालायलाच हवं. दुसरी गोष्ट. तू माझ्या मुलीला घेऊन गावातल्या थिएटरमध्ये गेला होतास. मला ही गोष्ट अजिबात आवडलेली नाही.''

''थिएटरमध्ये पन्नास लोक होते.'' हॅमिशने शांतपणे उत्तर दिलं. ''आणि मला वाटतं, आपण काय करतोय हे कळण्याइतकी प्रिसिला आता नक्कीच मोठी झालीय.''

''जास्त बोलू नकोस. तू प्रिसिलाच्या मागे लागलायंस हे जर मला पुन्हा कळलं,'' कर्नल मग्रूरपणे म्हणाला. ''तर मी तुझ्या नोकरीवर गदा आणीन.''

''तू उगाचच चिडतोयस,'' हॅमिश पुन्हा समजावणीच्या सुरात म्हणाला. ''तुझे डोळे बघ रागाने लाल-लाल झाले आहेत. ही सगळी उच्च रक्तदाबाची लक्षणं आहेत. मी तुला सांगतो...''

''चालता हो!''

''ठीक आहे.'' हॅमिश त्याला डिवचण्यासाठी एकेक पाऊल संथपणे उचलत चालू लागला.

बंगल्याबाहेर आल्यावर प्रिसिला कुठे दिसतेय का हे पाहण्याचा मोह तो आवरू शकला नाही.

''कोणाला शोधतोयस?'' पाठीमागून कर्नल कडाडला. ''प्रिसिलाला, ती आत्ता जॉन हॅरिंग्टनबरोबर मजेत आहे. लॉर्ड हॅरिंग्टनचा मुलगा. आणि तुझ्या माहितीसाठी सांगतो की, लवकरच ती त्याच्याबरोबर लग्न करतेय.''

कर्नलचं बोलणं ऐकून आपलं काळीज का दुखावलं गेलं हे हॅमिशला उमजेना. काहीही उत्तर न देता कर्नलकडे न बघता तो चालू लागला.

तो जेव्हा पोलीस स्टेशनमध्ये आला तेव्हा जिमी एंडर्सन एकटाच तिथे बसलेला होता.

टेबलावर एक पर्स होती. ''ही लेडी जेनची पर्स आहे. हो ना?'' त्याने विचारलं.

''हं.'' एंडर्सन नजर न उचलत म्हणाला.

''तुला तिची डायरी किंवा काही लिखाणाचे कागद मिळालेत?''

''नाही. तिने त्यात काहीच ठेवलेलं नव्हतं.'' जिमी एंडर्सन म्हणाला. ''त्यात कागदाचा चिटोराही नव्हता. थोडे पैसे, क्रेडिट कार्ड व चेक बुक्स.''

''तिच्या खोलीत तुम्हाला काही सापडलं?''

''फारसं काही नाही. ब्लेअरला वाटतंय की, लेडी जेन आपली बदनामी करेल या भीतीने कुणीतरी तिचा खून केलाय?''

''तुम्हाला कुणाचा संशय आलाय?'' हॅमिशने कपाटातून हळूच एक स्कॉचची बाटली बाहेर काढली. ''तुला कामाचा खूपच ताण आलेला असेल.''

''तू फारच चांगला माणूस आहेस.'' एंडर्सन आता पाघळला होता. ''तुला सांगायला काहीच हरकत नाही, फक्त ब्लेअरला सांगू नकोस. आम्ही रॉथच्या जबानीची वाट पाहतोय. त्या ब्रिटिश वस्तू खरेदी करण्यासंबंधीच्या फोटोवरून आम्ही लक्ष काढून टाकलंय. ब्लेअरला वाटतंय की, मार्विन रॉथ कदाचित माफियाच्या जाळ्यात अडकलेला असेल व लेडी जेनला ती गोष्ट समजल्यामुळे आपलं भविष्यच उद्ध्वस्त होण्याची त्याला भीती वाटलेली असेल.''

''असं होऊ शकेल?'' हॅमिश आपल्या ग्लासात व्हिस्की ओतत म्हणाला. ''पण अमेरिकन राजकारण्याच्या आयुष्यात यापूर्वी असं कधी घडलेलं नाही. आणि त्या एमी रॉथचं काय?''

''आम्ही तिचीही माहिती गोळा करतोय.''

''लेडी जेनला त्या दोघांबद्दल कळणं कठीणच होतं. एवढा तिच्यापाशी वेळच नव्हता.''

''या लोकांनी आठ महिन्यांपूर्वीच आपली नावे नोंदवलेली होती. लेडी जेनला आठ महिन्यांपूर्वीच सगळ्यांची नावं कळलेली होती. ती अमेरिकेला जाऊन आली होती.''

''काय सांगतोस?.'' हॅमिश म्हणाला. ''तुला आणखी एक पेग ओतू?''

''थँक यू. तू मला जिमी म्हण. आता इतरांबद्दल बोलायचं तर जेरेमीलाही राजकारणात शिरकाव करायचाय. आपल्या एका शिक्षकाच्या पत्नीबरोबर संबंध ठेवल्याबद्दल त्याला ऑक्सफर्डमधून बाहेर काढणार होते. अर्थात ती गोष्ट बरीच मोठी आहे. त्याच वेळेस एका बारबालेलाही त्याच्यापासून दिवस राहिले. तिच्या वडिलांनी कॉलेजात येऊन तमाशा केला व त्यातून त्याचे दुसरे प्रकरणही उघडकीस आले. त्याचे वडील जरी श्रीमंत असले तरी जेरेमीने बऱ्याच जणांकडून कर्ज घेतले होते. त्याचं अभ्यासात मुळीच लक्ष नव्हतं. शेवटी त्याला कॉलेजातून काढलं गेलं व त्याने लंडन विद्यापीठातून पदवी मिळवली. हळूहळू तो प्रतिष्ठित झाला, पण अजूनही त्याला त्या बारबालेच्या मुलाचा खर्च द्यावा लागतो. तिच्या नवऱ्यानेच ते प्रकरण कोर्टाबाहेर मिटवून टाकले. वडिलांनी त्याच्यासाठी एक भागीदारीचा व्यवसाय सुरू केला, पण त्याला आता निवडणुकीला उभं राहायचे वेध लागलेत. गेल्या वर्षी एका पार्टीत त्याला त्याच्या ऑक्सफोर्डमधील जुन्या मित्राने त्या बारबालेवरून छेडले तेव्हा जेरेमीने त्याला बेदम चोपले. पोलिसांना बोलावलं गेलं,

पण त्याच्यावर कोणताही आरोप ठेवला गेला नाही. तापट स्वभावाचा आहे तो.''

''लहानपणी एलिस विल्सनने शेजारच्या घरावर वीट फेकून मारली होती व तिला कोर्टात उभं केलं गेलं होतं. पण त्यात काही फारसा दम नाही.''

''डॅफने गोरचं कुटुंब श्रीमंत व सुखवस्तू आहे. मध्यंतरी ती एका स्पॅनिश वेटर बरोबर पळून गेली होती. पण त्याने आपल्याला फसवलंय हे तिला लवकरच कळून चुकलं. तिच्या आईवडिलांनी ते प्रकरण मिटवलं. डॅफने त्यानंतर निराशेच्या गर्तेत गेली व तिला काही महिने मानसोपचार केंद्रात दाखल करावं लागलं. अजूनही तिच्या स्वभावात मधूनच त्या विक्षिप्तपणाची झलक दिसते.''

''आता हेदर आणि जॉन कार्टराइट. दोघांचा स्वभाव अतिशय संयमी, आपल्या शाळेला लेडी जेन बदनाम करणार याची पक्की खात्री वाटल्याचं त्यांनी कबूल केलंय. शाळेच्या कामाने, त्यांना पार पछाडून टाकलंय. तो त्यांचा केवळ छंद नाही. त्यांच्यासाठी तो धर्म बनलाय.''

''चार्ली बॅक्स्टर. अशा अवघड वयातली मुलं कधी काय करून बसतील याचा आपण अंदाजच करू शकत नाही. पण तो या प्रकरणात निर्दोष वाटतोय. त्याची आई मात्र स्वत:चा भावनिक तोल हरवून फारच आक्रस्ताळी झालीय.''

''आणि तो मेजर?'' हॅमिशने आठवण करून दिली. ''लेडी जेनने त्याला सर्वांहून अधिक छळलंय.''

''हां. मासे पकडण्यावरून. त्याने तिला ठार मारण्याची धमकी दिली होती असंही आम्ही ऐकलंय. पण मला त्यात फारसा दम वाटत नाही. जुना लष्करी अधिकारी आहे. स्वभावाने उमदा आहे. ब्लेअरला तो आवडलाय. पण अजूनही आम्ही अधिक माहिती मिळवतोय.''

बाहेरून गाडीच्या चाकांचा आवाज आला. मिनिटापूर्वी हॅमिश टेबलावर पाय सोडून बसला होता. दुसऱ्या मिनिटाला तो तिथून गायब झाला. व्हिस्कीच्या बाटलीसकट.

हॅमिश उगीचंच इकडेतिकडे भटकत राहिला. आकाशात सूर्य डोकावू लागला होता व त्या सोनेरी प्रकाशात धुके विरत चालले होते. आकाशात हिरवट निळ्या रंगाचा एक पट्टा उमटला होता व त्या पट्ट्याच्या खालच्या टोकावर एक शिडाचं गलबत हेलकावे खात चाललं होतं. भरतीला उधाण आलं होतं व तेलकट दगडगोट्यांचा किनाऱ्यावर खच पडला होता.

प्रिसिला हॅरिंग्टनच्या मिठीत विसावली आहे असं वेदनादायक चित्र मगाचपासून त्याच्या डोळ्यासमोर सारखं तरळत होतं. त्याने ते चित्र पुसून टाकलं व आपलं लक्ष खून प्रकरणावर केंद्रित केलं.

रॉथ जोडपं आपल्याच दिशेने येतंय हे त्याच्या ध्यानात आलं. ते जोडपं तसं

विजोड दिसायचं. एमीची शरीरयष्टी दणकट असली तरी तिचा चेहरा नाजूक होता. मात्र सहा फुटी मार्विन तिच्यापेक्षा काही इंचांनी नक्कीच उंच होता. तिच्या हालचाली संथ व शांत वाटत असल्या तरी त्यातला अस्वस्थपणा कायम जाणवत राहायचा. तिने मळकट जीन व जीनचाच शर्ट घातला होता आणि गळ्याभोवती स्कार्फ गुंडाळला होता. मार्विनने काळा सूट घातला होता व त्याचं टक्कल उन्हात चमकत होतं.

"ही चौकशी कधी संपणार आहे?" हॅमिशच्या जवळ येऊन पोहोचल्यावर मार्विनने विचारलं. "तुझे अधिकारी एमीशी फारच वाईट वागताहेत. तिला अशा उद्दाम वागणुकीची सवय नाही. तो ब्लेअर तर स्वत:ला फारच तापट व करारी समजतो."

"आजपर्यंत मला कायम एक स्त्री म्हणून सन्मान मिळत आलाय." एमी म्हणाली. "तुम्ही ब्रिटिश पुरुष अतिशय सभ्य गृहस्थ असाल अशी माझी कल्पना होती."

"आम्ही सर्वसाधारण पुरुषांसारखेच आहोत." हॅमिश तिला समजावत म्हणाला. "गोड मिठाईसारखे. वेगवेगळ्या आकाराचे. काही आकार तर फारच भयंकर असतात."

"मिठाई?" एमीने न समजून विचारलं.

"चॉकलेट." मार्विनने भाषांतर केलं. "लक्षात घे की, एमी ही राजघराण्यातली स्त्री आहे. इंग्लंडच्या राणीशी ब्लेअर असाच वागला असता का?"

"मला विचारशील तर... तो असाच वागला असता." हॅमिश म्हणाला.

"एमीचे पूर्वज आता स्वर्गवासी झाले. नाहीतर त्यांनी ब्लेअरचा उद्धार केला असता."

मार्विन बोलत असताना हॅमिश एमीचा चेहरा निरखत होता. डोळ्यांच्या कडेची कातडी ताणली गेली होती व विषय कसा बदलावा याची तिच्या मनात घालमेल चाललेली स्पष्ट जाणवत होती. एमी आपल्या राजघराण्याबद्दल चक्क खोटं सांगतेय असा विचार हॅमिशच्या मनात अचानक चमकून गेला. अनेक लोक अशा उगाचच बढाया मारत असतात, पण आपलं पितळ उघडं पडणार म्हणून काही कुणाचा खून करत नाही. करत असतील?

"ब्लेअर त्या मेजरला सरळ अटक का करत नाही? लेडी जेनबद्दल त्यालाच सर्वांत जास्त खुन्नस होती," एमी म्हणाली. "सामनच्याबाबतीत तो किती खोटा बोलला होता हे तुलाही ठाऊक आहे."

"हां. हां. ती गोष्ट केव्हाच माझ्यापर्यंत आलीय. या गावात कुठलीही गोष्ट फार काळ गुप्त राहू शकत नाही."

एमी काहीतरी पुटपुटली. “त्या लाल हुकासारखी,” आणि हॅमिशला वाटलं त्यांच्या वर्गातले मासे पकडण्यासंबंधी ती बोलली असावी.

“हो, खुनी इसम मात्र अजून गुप्त आहे,” मार्विन म्हणाला. “हा परिसरच अत्यंत भयंकर आहे. मला हा देशच आवडत नाही. हॉटेलातले नोकर किती गावठी आहेत आणि ते FEB – एफईबी म्हणजे काय?”

“ते तुला उद्देशून नाही, मिस्टर रॉथ. तो इथला गावठी शब्द आहे. बारमधल्या नोकरांच्या तो नेहमी जिभेवर असतो.”

“त्यांच्या!” मार्विन तुच्छतेने म्हणाला. “त्यांना तर साधी मार्टिनीही बनवता येत नाही. तीन पेग वाइनमध्ये एक जीनचा पेग हे त्यांचं माप आहे. त्या मूर्खांकडे पाहिलं तरी मला संताप येतो.”

“राजा, ही भाषा तुला शोभत नाही.” एमी कळवळून म्हणाली.

हॅमिशही चिडला होता.

“सॉरी,” मार्विन वैतागून म्हणाला. “मला वाटतं माझा तोल जात चाललाय. सापळ्यात अडकवलंय असं मला वाटू लागलंय. हे सगळं कायदेशीर असेल तर माझी सहकार्य करायची तयारी आहे.”

“आज मासे पकडलेत?” हॅमिशने विचारलं.

“जेरेमी व हेदरला एकेक ट्राउट मिळाला.” मार्विन म्हणाला. “पण त्या सामनना पकडणं अशक्य आहे. ते सुळकन इकडून तिकडे पळतात. गळाला लागूच शकत नाहीत.”

“मी तुला माझ्याकडची एक माशी देतो,” हॅमिश आपणहून म्हणाला. “ती माझ्यासाठी अनेकदा नशीबवान ठरलीय.”

“तू असं कर ना, आज रात्री तू आमच्याबरोबर जेवायला ये आणि त्या वेळी ती माशी घेऊन ये,” मार्विन म्हणाला. “ब्लेअरने तुला बाजूला केलंय हे सर्वांनाच ठाऊक आहे आणि आम्हाला आता एकमेकांचा वीट येऊ लागलाय. आमच्यापैकीच कुणीतरी हे कृत्य केलंय आणि तो कोण असेल या विचाराने आम्ही भंडावून गेलो आहोत.”

हॅमिशने त्याचं निमंत्रण स्वीकारलं व तो चालू लागला.

हॉटेलकडे जात असताना त्याला जेरेमी येताना दिसला.

“एक मिळाला!” हॅमिशला पाहताच तो ओरडला. त्याच्या हातात जड ट्राउट होता.

“आधी आपण हॉटेलात जाऊ या.” हॅमिश चटकन म्हणाला. एक वार्ताहर व फोटोग्राफर त्याचा पाठलाग करताहेत हे हॅमिशच्या लक्षात आलं होतं.

ते दोघे एका छोट्या खोलीत आले, जेरेमीने हातातला मासा वजनाच्या

काट्यावर ठेवला आणि शेजारच्या वहीत वजनाची नोंद लिहून ठेवली. ''मी असं ऐकलं की, लेडी जेनचा खून झाला त्या रात्री तू व्हरांड्यात बराच वेळ उभा होतास.'' हॅमिश म्हणाला.

''कोण म्हणतं असं?'' मासा काळजीपूर्वक उचलत जेरेमी म्हणाला. ''तुला ह्या चौकशीपासून दूर राहायला सांगितलंय ना? तू मला प्रश्न विचारलेले, ब्लेअरला आवडणार नाही.''

''नाही आवडणार. पण तू त्या रात्री काय करत होतास हे तो तुला नक्कीच विचारणार.'' हॅमिश म्हणाला.

''मग त्याला जाऊन सांग आणि त्याचे जे काही परिणाम होतील ते भोगायला तयार राहा.'' जेरेमी ओरडला. तो झर्रकन वळून जाऊ लागला व एलिसची आणि त्याची अक्षरश: टक्कर झाली. एलिस दोघांचं बोलणं चोरून ऐकत होती. एलिस त्याच्या मागोमाग धावत गेली. जेरेमीने तिच्या तोंडावर दरवाजा धाडकन बंद केला, पण ती जराही बिथरली नाही. ती दरवाजा उघडून त्याच्या खोलीत शिरली. तो बिछान्याच्या टोकावर बसून राहिला होता. ''महामूर्ख, चोंबडा.'' तो चिडून म्हणाला.

एलिस त्याच्या शेजारी बसली व तिने त्याचा हात हातात घेतला. ''जेरेमी, तुला काय झालंय? आज सबंध दिवस तू माझ्याशी किती विचित्र वागलास.''

''हे बघ, माझं डोकं आधीच पिकलंय. तुझ्याबद्दल विचार करायला मला फुरसत नाहीये,'' जेरेमीने तिला झापलं. ''लेडी जेनचा खून झाला त्या दिवशी म्हणे मी कुणालातरी व्हरांड्यात दिसलो.''

''तुला काय झालंय जेरेमी?''

''माझ्या वडिलांनी मला फोन करून तिच्याबद्दल सांगितलं होतं. ऑक्सफर्डमध्ये असताना माझ्या हातून एक मूर्खपणा झाला होता व तिने त्याची वाच्यता करू नये हे सांगण्याकरता मी तिला भेटलो होतो. ती मला म्हणाली की, जर तू माझ्याबरोबर एक रात्र झोपलास तर मी विचार करेन. तू कल्पना तरी करू शकतोस? ती कुरूप म्हैस!''

एलिसने आपला हात सोडवून घेण्याचा प्रयत्न केला. जेरेमीने जर खरंच लेडी जेनचा खून केला असेल, तर? तो आत्ता इतका विचित्र, वयस्कर व उग्र दिसत होता. त्याची मान थरथरत होती.

जेरेमीने वळून तिच्याकडे पाहिलं. ''तिने तुझ्याबद्दल काही लिहिलं असतं तरी त्याने फार मोठा फरक पडणार नव्हता.'' एलिस चाचरत म्हणाली. ''मला म्हणायचंय की, तो काही फार मोठा गुन्हा नसणार.''

''माहीत नाही त्याबद्दल उगाच बोलू नकोस.'' तो म्हणाला. ऑक्सफर्डला झालेली भानगड त्याने तिला हळू आवाजात सांगून टाकली. आपण अजूनही त्या मुलाला पैसे देतोय हे मात्र तो बोलला नाही.

"मी राजकारणात जायलाच नको होतं." तो म्हणाला. संतापाने व शरमेने तो अक्षरश: कापत होता. आपण हॅमिशला हे सर्व न सांगण्यात फार मोठी चूक केली याचाही त्याला पश्चात्ताप झाला. स्वत:ला दारूत किंवा आणखी कशाततरी बुडवून टाकावं असं त्याला वाटलं.

त्याने अचानक एलिसला गच्च पकडलं व बिछान्यावर ओढलं. "ओह जेरेमी?" एलिस त्याच्या कानात कुजबुजली. क्षणभरापूर्वी आपण त्याला खुनी ठरवलं होतं हे ती साफ विसरूनसुद्धा गेली होती. "तुझं माझ्यावर प्रेम आहे?"

"हो आहे." तिच्या केसात डोकं खुपसत तो अधीर होऊन म्हणाला. त्याने झटपट तिच्या ब्लाउजची बटणं काढायला सुरुवात केली. त्याने प्रेमाची कबुली दिली या समाधानाने एलिस इतकी भारावून गेली की, पुढच्या दहा मिनिटातलं सुख तिने मनमुरादपणे भोगलं.

दिवस सहावा

स्त्रियांच्या दक्षतेबाबत कधीही अपेक्षा ठेऊ नये.

— जॉन डोन

हॅमिशला पहाटेच जाग आली. त्याला रात्रभर नीट झोप लागली नव्हती. रात्रीच्या जेवणाचा प्रसंग फारच तापदायक ठरला होता. फक्त एलिस तेवढी खुशीत दिसत होती. डॅफने गोरच्या अंगात जणू लेडी जेनचं भूत संचारलं होतं. संध्याकाळ नासवूनंच टाकायची या इराद्याने ती प्रत्येकाच्या मागे हात धुवून लागलेली होती. चार्ली तिथे नव्हता याचेच हॅमिशला समाधान वाटले होते. आपल्या विक्षिप्त आईमुळे आधीच त्याला बरंचकाही सहन करावं लागत होतं. आपला एकुलता एक खास राखून ठेवलेला राखाडी सूट हॅमिशने घातला होता. अंत्यसंस्कारासाठी आल्यासारखा दिसतोस असं डॅफनेने त्याच्यावर खवचटपणे बोलून दाखवलं होतं. त्यानंतर तिने रॉथ जोडप्याकडे आपला मोर्चा वळवला होता व अमेरिकन आण्विक क्षेपणास्त्रांवरून गळ्याच्या शिरा ताणत वाद घातला होता. त्या वादात तिने कुठलीही एक बाजू लावून धरलेली नव्हती, तिला फक्त टिंगलटवाळी करायची होती.

सर्वांनी खूपच दारू ढोसली होती. कारण कुणाचाही ग्लास रिकामा दिसला की, तो लगेच दारूने भरून टाकण्याची एमी रॉथला वाईट खोड होती. वेटर येईपर्यंत ती थांबतच नव्हती.

आणि त्या भयानक पार्टीचा जणू कळस गाठण्यासाठीच म्हणा, प्रिसिला त्या जॉन हॅरिंग्टनला घेऊन तिथे अवतरली होती. हॅमिशला ज्या-ज्या गोष्टींचा तिटकारा होता ते सर्व अवगुण जॉन हॅरिंग्टनमध्ये त्याला दिसत होते. त्याला मोठ्याने बोलायची सवय होती. बोलताना तो रेकत होता. वाइनच्या दर्जावरून त्याने वाद

घातला आणि जेवणावर टीका केली. त्याचे कपडे मात्र खानदानी दिसत होते, त्याने गुळगुळीत दाढी केलेली होती, चेहरा राकट रापलेला होता व त्याचे केस पातळ व तपकिरी रंगाचे होते आणि त्याच्या बोलण्यावर प्रिसिला त्याला हसून दाद देत होती.

हॅमिशने आपली होडी बाहेर काढली व नदीत जाऊन बांगडे पकडायचे ठरवले. तो किनाऱ्यावर पोहोचला तेव्हा चार्ली बॅक्स्टरची छोटी मूर्ती त्याला दुरून येताना दिसली. चार्ली त्याच्याचकडे पाहत होता.

"चल येतोस का माझ्याबरोबर?" असे हॅमिशने ओरडून विचारताच तो धावत त्याच्यापाशी येऊन पोहोचला.

"इतक्या सकाळी सकाळी तू काय करतोयस बाळा?" हॅमिशने विचारलं. "अजून सहासुद्धा वाजलेले नाहीत."

"मला बाहेर पडायचं होतं." चार्ली म्हणाला. "माझ्या आईची परवानगी आहे. मी नेहमीच सकाळी फिरायला बाहेर पडतो. पण आज आमच्या घरातलं वातावरण बिघडलंय. मला मावशीबरोबर इथेच राहायचंय आणि आईला वाटतंय की, मी घरी परत जावं."

"मी तुझ्या आईशी बोलून बघतो." हॅमिश म्हणाला. "उडी मारून होडीत चढ आणि अगदी स्थिर उभा राहा."

चार्लीने त्याची आज्ञा पाळली व हॅमिशने होडी नदीत ढकलली. सूर्योदय होत होता. पाणी काचेसारखं नितळ होतं व डोक्यावरचं आभाळ निरभ्र दिसत होतं. "आज दिवसभर भलतंच गरम होण्याचं चिन्ह दिसतंय." हॅमिश म्हणाला. तो होडीत चढला व त्याने वल्ही हातात घेतली. तो सराईतपणे होडी वल्हवू लागला.

"आपण कुठे चाललोय?" चार्लीने विचारलं.

"बांगडे पकडायला."

"पण कशाने पकडणार?"

"एक भोवऱ्यासारखं गरगर फिरणारं छोटं हत्यार असतं. थोड्या वेळाने तुला दाखवतो."

"आपण खोल पाण्यात चाललोय?"

"नाही. अजून थोडं पुढे जाऊ."

चार्ली होडीच्या कडेला शांत बसून राहिला. पाण्यावर नाचणारं सूर्याचं प्रतिबिंब पाहताना त्याला मजा वाटली.

हॅमिशने वल्ही होडीत ठेवली व अनेक हूक्स जोडलेला एक जाड दोरा उचलला. त्याच्या खाली चंदेरी रंगाची फिरकी लोंबत होती.

"आपण हूकमध्ये मांसाचा तुकडा अडकवणार आहोत?"

“त्याची गरज नाही. चंदेरी फिरकी पाहून मासे फसतात. बांगड्यांसारखे दुसरे अधाशी मासे नाहीत. ते कशावरही हावऱ्यासारखे तुटून पडतात. दोऱ्याचा गुंडा सोडव. अगदी होडीच्या मागपर्यंत तो जाऊ दे.” हॅमिश म्हणाला.

त्याने पुन्हा होडी वल्हवायला सुरुवात केली. आता तो अगदी हळूहळू चालवत होता व मधूनमधून वल्ही होडीत ठेवत होता.

आजूबाजूच्या घरांच्या चिमण्यांमधून धूर येऊ लागला होता आणि स्वच्छ आकाशाच्या पार्श्वभूमीवर बेढब डोंगरांचा खडबडीतपणा चांगलाच उठून दिसत होता.

“बोट थांबव,” चार्ली चिरक्या आवाजात ओरडला. “काहीतरी अडकलंय.”

“गळ वर उचल,” हॅमिश होडी थांबवत म्हणाला. चार्लीने गळ जोरजोरात वर खेचला. “मासे अडकलेत.” तो चित्कारला. “मासे!”

“वर खेच.”

चार्लीने जोरदार झटका दिला. त्याचबरोबर गळ, हूक्स, फिरकी आणि मासे होडीत येऊन पडले.

“चार बांगडे आहेत.” चार्ली पुन्हा ओरडला. हॅमिशने हुक्सना अडकलेले मासे सराईतपणे सोडवले. “पुन्हा गळ पाण्यात टाकू या?” चार्लीने विचारलं.

“नको.” हॅमिश म्हणालाल. “आपल्याला पुरेसे होतील एवढेच मासे पकडायचे. माझ्याबरोबर नाश्ता करणार?”

“म्हणजे आपण आता हे मासे भाजायचे?”

“अर्थात. तुझ्या आईला इतक्या लवकर उठवण्यात अर्थ नाही. आपण असं करू, दरवाजाखालून एक चिठ्ठी आत टाकू म्हणजे तू कुठे आहेस हे तिला समजेल.”

चार्लीला इतकं खळखळून हसताना, हॅमिशने इतक्या दिवसात कधी पाहिलं नव्हतं. तो निरागसपणे म्हणाला, “ती घाणेरडी बाई मरून गेल्यानंतर आता इथे इतकं मस्त वाटतंय. मला तर इथेच कायमचं राहायचंय.”

“पण तुझी मावशी तर उन्हाळ्याच्या सुट्टीपुरती इथे आलीय.”

“मी तिचं बोलणं चोरून ऐकलंय. ती म्हणत होती की, मी आता इथेच राहते आणि चार्लीला स्ट्रॅथबेनच्या शाळेत घालते. पण माझ्या आईला ते पसंत नाही.”

“तुला आवडेल?”

“नक्कीच आवडेल, मिस्टर मॅक्बेथ. तिकडे बघ, मिस्टर ब्लेअर किनाऱ्यावर तुझी वाट बघत उभा आहे.” चार्ली म्हणाला. “म्हणजे आता आपल्याला मासे भाजता येणार नाहीत?”

“छे. छे. काही झालं तरी आपण ठरल्याप्रमाणे नाष्टा करायचाच.”

ब्लेअर इतक्या लवकर उठला याचा अर्थ काहीतरी महत्त्वाचं घडलेलं असणार हे हॅमिशने लगेच ताडलं होतं.

“आम्हाला हवा असलेला माणूस मिळाला.” हॅमिशजवळ आल्यावर ब्लेअर म्हणाला. “तू इकडे पाण्यात या पोराबरोबर खेळत असताना तिकडे मला स्कॉटलंड यार्डचा फोन येऊन गेला. दोन वर्षांपूर्वी मेजर पीटर फ्रेमला, पॉल मॉलच्या सेक्रेटरीचा गळा आवळल्याबद्दल अटक केली गेली होती. आता बोल, यावर तुझं काय म्हणणं आहे?”

“यावरून त्याने लेडी जेनचाही गळा दाबला असेल हे सिद्ध होत नाही.”

“बरोबर आहे. म्हणून तू अजून खेडेगावातला पोलीसच राहिलाहेस. या माणसाने सर्वांच्यासमोर तिला जीवे मारण्याची धमकी दिली होती.”

“तू त्याला अटक केलीस?”

“नाही अजून. त्याची तपासणी सुरू आहे.”

“पण त्याने युद्धात फार छान कामगिरी केली होती.”

“त्याने काहीही केलं नव्हतं.” ब्लेअर तिरसटपणे म्हणाला. “आम्ही तीही माहिती मिळवलीय. तो म्हातारा दिसतो. पण तो फक्त चोपन्न वर्षांचा आहे. त्याने युद्ध कधी पाहिलं नाही, ना कधी त्यात प्रत्यक्ष भाग घेतलाय. लिंकनशायरच्या एका शैक्षणिक सैनिक तुकडीमध्ये तो मेजर म्हणून काम करत होता.”

“ही गोष्ट लेडी जेनला नक्कीच ठाऊक असणार.” हॅमिश हळूच म्हणाला.

“सांगायची गोष्ट म्हणजे तुझ्या मदतीशिवाय आमचं काम उत्तम चाललंय. तू आता हे मासे पकडायचं थांबवून जरा आपल्या कामाकडे लक्ष दे. तो म्हातारा, हालबर्टन-स्मिथ एकसारखा पोलीस स्टेशनवर फोन करतोय.”

“मी लक्ष देतो,” हॅमिश म्हणाला; पण त्या आधीच ब्लेअर तिथून चालू पडला होता.

पाठमोऱ्या ब्लेअरच्या आकृतीकडे पाहत हॅमिश तसाच उभा राहिला. तो विचारात बुडून गेला होता. जॉनच्या प्रत्येक वर्गात अशी एक लेडी जेन कायम येत राहिली तर? इतरांचा खोटेपणा व दांभिकपणा असाच चव्हाट्यावर येत राहील?

चार्ली हॅमिशच्या शर्टाची बाही खेचून त्याचं लक्ष वेधण्याचा प्रयत्न करत होता. “मला मेजर फ्रेम आवडतो.” तो म्हणाला. “थोडासा विचित्र आहे, पण तसा मजेशीर माणूस आहे.”

“आपण तुझ्या आईसाठी चिठ्ठी लिहू या.” हॅमिश म्हणाला. “आणि नंतर झकास नाष्टा करू या.”

हॅमिशने नाष्टा बनवायला सुरुवात करण्याआधी अँगस मॅक्ग्रेगरला फोन केला. अँगस नदीच्या पलीकडे राहायचा.

“हे बघ अँगस. तुझी चोरी पकडली गेलीय आणि मी माझा नाष्टा उरकून, तुझ्या हातात बेड्या ठोकायला येतोय.” हॅमिश पहाडी दम देत म्हणाला.

चार्ली उत्सुकतेने ऐकू लागला. फोनमधून कर्कश आवाज येत होता.

''जास्ती शहाणपणा करू नकोस,'' हॅमिश अखेरीस म्हणाला. ''तू नवीन बंदूक विकत घेतलीयेस हे साऱ्या गावाला ठाऊक आहे आणि तुला अजून चांगला नेम धरता येत नाही हे मला ठाऊक आहे. मी हातकड्या घेऊन आलोच.''

हॅमिशने फोन ठेवला व तो चार्लीकडे बघून गालात हसला.

''पण तू पकडायला येणार हे आधीच कळल्यावर तो पळून नाही का जाणार?'' चार्ली डोळे विस्फारून म्हणाला.

''हो, तो जाणारंच.'' हॅमिश स्वयंपाकघरात शिरत म्हणाला. ''हे बघ, आपण दोघे आता इथेच लपून बसू या. कोणत्याही क्षणी ते मेजरला घेऊन येतील. दुसरी गोष्ट म्हणजे अँगसच्या घरात बायको व तीन मुलं आहेत. त्यांच्या बापाला तुरुंगात टाकलं तर ती बिचारी उघड्यावर पडतील. तो आता काय करेल, तर काही दिवस ॲबर्डिनला पळून जाईल आणि काही महिन्यांनी, मी ती गोष्ट विसरलोय असं समजून, परत येईल. पण यापुढे तो कर्नलच्या हरणांना मारण्याची पुन्हा कधीच हिंमत करणार नाही.''

तेलातुपात तळलेल्या बांगड्यांचा फडशा पाडल्यानंतर तो चार्लीला घेऊन त्याच्या मावशीच्या घरी पोहोचला. चार्लीची आई दारातच उभी होती. चार्लीची वाट पाहत ती खूप वेळ उभी असावी, पण चार्ली दिसताच तिने त्याचे केस कुरवाळले व काहीही न बोलता ती त्याला घेऊन आत गेली.

हॅमिश रमतगमत हॉटेलवर पोहोचला. आज वर्गाचा काय कार्यक्रम ठरलाय याची त्याला उत्सुकता होती. हिरवळीवर सर्व जण जमलेले त्याला दिसले. फक्त चार्ली व मेजर नव्हते. जॉन सर्वांना सामन माशांबद्दल काहीतरी माहिती देत होता.

मार्विन, एमी, डॅफने, जेरेमी व एलिस सगळे खुशीत दिसत होते. जॉन कार्टराइटसुद्धा अधूनमधून विनोद करत होता. मेजरला अटक होणार हे सर्वांना समजलं होतं व तोच अपराधी आहे याची त्यांना खात्री पटलेली होती.

''यापुढे मिस्टर ब्लेअर आपल्याला त्रास देईल असं वाटत नाही,'' जॉन म्हणाला. ''चला, आता आपण आल्श सरोवरावर मासे पकडायला जाऊ या.''

सर्व जण जॉनमागोमाग जाऊ लागले. जेरेमीने एलिसच्या खांद्यावर हात टाकला होता हे हॅमिशच्या नजरेतून सुटले नव्हते.

एलिस रात्रभर जेरेमीच्या बिछान्यातच होती. तिच्या मनावरचा सारा ताण निघून गेलेला दिसत होता. जेरेमीला डॅफनेबरोबर सोडून रोज जॉन कार्टराइटच्या स्टेशनवॅगनमध्ये बसताना तिचा जीव जड होत असे, पण आजचा संबंध दिवस एकत्र राहण्याचं, जेरेमीने तिच्यापाशी कबूल केलं होतं व आता कोणत्याही क्षणी तो आपल्याला मागणी घालणार याची तिला खात्री पटलेली होती.

एक दु:स्वप्न संपलेलं हेतं. खुन्याला अटक झालेली होती. पोलिसांच्या प्रश्नांना उत्तर द्यायचा आता सर्वांप्रमाणेच, एलिसलाही उबग आला होता. उलट कोर्टात उभं राहून साक्ष द्यायला किती मजा येईल, असं तिला वाटत होतं. आता पत्रकारांबद्दल वाटणारी भीतीही निघून गेली होती.

गाव ओळखीचं झालं होतं. तिथल्या निसर्गाशी तिची आता मैत्री जमली होती. डोंगराच्या पायथ्यावर जांभळ्या फुलांचा उत्सव सुरू झाला होता. तिची नजर वर गेली. वाऱ्याच्या लहरींवर एक ससाणा भराऱ्या घेत होता.

पण अचानक एलिसच्या लखलखीत मन:पटलावर एक छोटा काळा ढग उतरला. एकीकडे स्वच्छ मोकळी हवा मनाला ताजंतवानं करत होती. पण त्याचबरोबर काल रात्री जेरेमीच्या कुशीत अनुभवलेल्या उबेचा आता तिला उबग येऊ लागला होता. आज सकाळीही तो तिच्यासाठी थांबला नव्हता. नाश्त्यासाठी एकटाच खाली पळाला होता. त्यानंतर साधी नजरानजर नाही. हातात हात मिळवणं नाही. आपण जरा शहाणं, व्यवहारी व्हायला हवं. खांदे झटकून ती नीट सावरून बसली. काम उरकायचं, थँक यू मॅडम म्हणायचं आणि बाहेर सटकायचं. सर्व पुरुष सारखेच.

मात्र गाडीतून खाली उतरताना जेव्हा जेरेमी तिच्याकडे डोळे मिचकावून गालातल्या गालात हसला तेव्हा ती पुन्हा लगेच हवेत तरंगू लागली.

आपल्याबरोबर मासे पकडायला चल या डॅफनेने केलेल्या आग्रहाला जेरेमी बधला नाही हे पाहून तर तिला अस्मानंच ठेंगणं झालं. "मी एलिसबरोबर जाणार," तो म्हणाला. "ती बरोबर असली की, माझं नशीब उजळतं."

प्रेमाची ही ढळढळीत कबुलीच म्हणायची, नाहीतर काय!

मग दुपार होईपर्यंत जेरेमी व एलिस अगदी प्रेमाने व आनंदाने मासे पकडण्यात मग्न झाले. त्यांना यश मिळाले नाही ही गोष्ट वेगळी. एलिसला आता मासे पकडण्यात फारसा रस राहिला नव्हता. तिला फक्त जेरेमी शेजारी हवा होता. पण जेव्हा ते जेवणासाठी एकत्र जमले तेव्हा तिच्या लक्षात आलं की, अजूनही मासे पकडण्याची त्याची हौस फिटलेली नाही.

"डॅफने कुठेय?" त्याने सरळ विचारले. "मला काहीसुद्धा मिळालं नाही. मी तिच्याबरोबर जायला हवं होतं."

"ती नदीच्या वरच्या टोकाला गेलीय." हेदरने सांगितलं.

"अजूनही ती तिथेच आहे याचा अर्थ तिला काहीतरी मिळालंय." जेरेमी म्हणाला. "मला वाटतं, मी जाऊन येतो."

एलिसच्या पडलेल्या चेहऱ्याकडे हेदरने ओझरतं पाहिलं. "तू आधी सँडविच खाऊन घे," ती शांतपणे म्हणाली. "मग आपण सगळेच तिथे जाऊ या. तो बघ,

आपल्या गावचा पोलीस बरोबर आत्ता टपकला. एका सँडविचसाठी माणूस इतका दूर येऊ शकतो.''

हॅमिश रमतगमत येत होता. उन्हामध्ये त्याचे लाल केस व गणवेश चमकत होता.

''मेजर फ्रेमचं काय झालं?'' एलिसने त्याला विचारलं. ''त्याला ते स्ट्रॅथबेनला घेऊन गेले असतील ना?''

''छे, तो तर आता इथे येऊन पोहोचेलसुद्धा.'' हॅमिश म्हणाला.

''इथे?'' सगळे एका सुरात ओरडले.

''हो.'' हॅमिश म्हणाला. ''त्यांना मेजरला सोडावंच लागलं. क्लबमध्ये त्याने सेक्रेटरीचा गळा दाबल्याचा प्रसंग म्हणजे केवळ कपातलं वादळ होतं. मेजरला त्यावेळेस दारू चढली होती व त्याच वेळी तू क्लबची फी भरलेली नाहीस असा त्या सेक्रेटरीने त्याच्याबरोबर वाद घातला होता. मेजरने हेतुपूर्वक काहीच केलं नव्हतं. शब्दाला शब्द वाढत गेला आणि एका क्षणी मेजर त्याच्या अंगावर धावून गेला. तिथल्या लोकांनी ती मारामारी सोडवली. पोलिसांना लगेच बोलावलं गेलं, पण त्याच्यावर कोणताच आरोप ठेवला गेला नाही. एखादा माणूस बऱ्याच वर्षांपूर्वी एकदा दारू पिऊन चिडला होता म्हणून कुणी त्याला खुनाच्या आरोपाखाली तुरुंगात धाडू शकत नाही.''

''पण मग तो जर खुनी नसेल,'' एलिस म्हणाली. ''तर मग आहे तरी कोण?'' सर्व जण उतरलेल्या चेहऱ्याने एकमेकांकडे पाहू लागले.

वाऱ्याच्या मंद लकेरीबरोबर अचानक एक अस्फुट किंकाळी सर्वांच्या कानी पडली.

''हा डॅफनेचा आवाज!'' जॉन कार्टराइट झटकन उठत म्हणाला. ते सर्व जण पाण्यात उतरून वरच्या दिशेला जाऊ लागले. हॅमिशने आपली पँट, बूट व सॉक्स काढले. अंडरपँट, कॅप व जॅकेट घातलेला हॅमिश ओंगळवाणा दिसत होता.

अखेर त्यांना डॅफने दिसली. तिच्या हातातला रॉड वाकलेला होता. गळ चांगलाच जड झाला होता. मान किंचित तिरपी करत ती ओरडली, ''कुणीही मध्ये येऊ नका. मला एकटीलाच तो पकडायचाय.'' ते थोडे पुढे सरकले. पाण्यात वरखाली उड्या मारणाऱ्या माशाला पकडण्यासाठी ती जिवाची शर्थ करत होती.

''जॉन, नक्कीच ती तो मासा गमावून बसणार.'' हेदर म्हणाली. ''काहीतरी कर.''

''मी काहीही करणार नाही,'' जॉन म्हणाला. ''मदत करायला गेलो तर ती मला शिव्या देईल. तिचा जरा चेहरा बघ.''

डॅफने वयस्कर बाईसारखी दिसत होती. तिने ओठ घट्ट आवळून धरले होते. त्यामुळे चेहऱ्यावरच्या शिरा ताणल्या गेल्या होत्या.

अर्धा तास होऊन गेला. हॅमिशसुद्धा आपल्या अर्ध्या चड्डीत तसाच तिष्ठत उभा राहिला होता. डॅफने झगडत होती. हळूहळू तो सामन वर येऊ लागला.

डॅफनेने हातातला रॉड फेकून दिला व झपाटल्यासारखी तिने सामनवर उडी मारली. रग्बीच्या खेळात बॉल पकडतात तशी ती त्या सामनवर काही क्षण पडून राहिली. मग ती हळूहळू उठली. तिने त्याला छातीशी घट्ट कवटाळले होते.

ती किनाऱ्याकडे बेभान होऊन धावत सुटली. एका टोकदार खडकाला आपटून पडता-पडता कसेबसे तिने स्वत:ला सावरले. पाय चांगलाच खरचटला गेला. आणखी काही अंतर धावून अखेर ती गवतावर कोसळली. मासा मात्र अजूनही तिच्या अंगाखालीच होता.

सर्व जण तिच्या मागोमाग किनाऱ्यावर धावले. ''मला त्याच्या तोंडात अडकलेला हूक काढून त्याला मारू देत.'' जॉन तिला म्हणाला.

''हिंमतदेखील करू नकोस.'' डॅफने ओरडली. ''मी त्याला मारणार आहे.''

डॅफनेने त्या माशाला मारताना बघत बसणं, सर्वांच्याच जिवावर आलं होतं. पण तो प्रश्न अचानक सुटला. समोरच्या किनाऱ्यावरून कुणीतरी जोरजोरात हाका मारत होतं. सर्वांच्या नजरा त्या दिशेने वळल्या. मासेमारीच्या खास पोशाखात, मेजर उभा होता.

तो पाण्यातून चालत, त्यांच्यापर्यंत येऊन पोहोचला.

हॅमिश त्याच्याकडे निरखून पाहत होता. आपली मानहानी करून आपल्याला पोलीस स्टेशनवर नेले गेले याबद्दल तो आरडाओरडा करेल अशी मॅक्बेथची अपेक्षा होती. पण मेजरचे डोळे फक्त डॅफनेच्या हातातल्या माशावर खिळलेले होते.

''कमाल आहे! तुला तो कुठे मिळाला?''

''त्या तिथे,'' डॅफनेला धाप लागली होती.

''तू कुठली माशी वापरलीस?''

''त्रिकोणी माशी, तिचं वर्णन करणं अशक्य आहे. तो माझ्या वडिलांनी लावलेला शोध आहे.''

''त्यांनासुद्धा मासे पकडायचा छंद आहे?''

''त्यांची आर्गिलला मोठी इस्टेट आहे. उन्हाळ्यात ते तिथे जातात. मला त्या वेळेस तिथे फिरकूदेखील देत नाहीत. म्हणून तर मी इथे आले. मी आता त्यांना या माशाचे शंभर फोटो पाठवून देणार आहे.''

हेदरचे लक्ष जेरेमीकडे गेले. तो विचारात गढून गेला होता. हेदरच्या डोक्यात एकदम प्रकाश पडला. आपल्या वडिलांची आर्गिलला फार मोठी इस्टेट आहे या डॅफनेच्या वाक्याने अगदी उचित परिणाम साधलेला होता. बिच्चारी एलिस.

''कुऽऽऽईऽ!''

समोरच्या किनाऱ्यावर प्रिसिला हालबर्टन-स्मिथची सडपातळ आकृती दिसत होती. ''मिस्टर मॅक्बेथ,'' तिने जोरात हाक मारली.

''आधी पँट चढव.'' मार्विन रॉथ त्याला म्हणत होता, पण तोपर्यंत हॅमिश पाण्यात उतरून प्रिसिलाच्या दिशेने निघालाही होता.

''तुझा तो पहाडी पोलीस काही बाबतीत अगदी लाजाळू असेलही,'' हेदर रॉथला म्हणाली. ''पण अर्धी चड्डी घालून गाव भटकायची इथल्या लोकांना अजिबात लाज वाटत नाही आणि माझी पक्की खात्री आहे की, प्रिसिलालाही एव्हाना त्या गोष्टीची सवय होऊन गेलेली असणार.''

''तू चांगलाच भिजलायस.'' हॅमिश जवळ येताच प्रिसिला म्हणाली. ''डॅडी भयंकर संतापलेयत हे सांगण्यासाठी मी आले होते. त्यांच्या फोनवरून लंडनला व अमेरिकेला फोन केले गेल्याचं त्यांना समजलंय. ल्युसीला वाटलं की, ते त्यांच्या इस्टेटसंबंधीचे फोन आहेत. मी त्यांना शांत करण्याचा प्रयत्न केला. पण ते ऐकायला तयार नाहीत.''

''चल, आता आपण त्यांच्या ऑफिसमध्ये जाऊ या. ल्युसीने काय लिहून ठेवलंय हे आपल्याला पाहता येईल. ते आत्ता घरात नाहीयेत ना?'' हॅमिशच्या पँटीतून व लाल केसाळ पायातून पाणी ठिबकत होतं.

''कदाचित बघता येईल. सर्व जण आता बागेत बसून चहापान करतायत. तुझ्याजवळ अंग कोरडं करण्याकरता काहीच नाही? तू तर त्या 'कॅरी ऑन' पिक्चरमध्ये काम करत असल्यासारखा दिसतोयंस.''

''गाडीच्या खिडक्या उघड्या ठेव. मी चटकन कोरडा होऊन जाईन.'' हॅमिश म्हणाला.

प्रिसिलाने गाडी सुरू केली. हॅमिश बडबडत राहिला. डॅफनेने पकडलेल्या सामनची हकिकत त्याने तिला सांगितली. प्रिसिला खळखळून हसली. तिने गुलाबी रंगाचा ड्रेस घातला होता. तिचे पाय रेशमासारखे मुलायम होते. तिने पायावरचे केस काढलेत की, मुळातच पाय तसे आहेत याचा हॅमिशला संभ्रम पडला होता. त्या पायांवरून हलकेच हात फिरवायचा त्याला मोहही झाला. त्याला तो स्पर्श हवाहवासा वाटत होता.

''कुठल्या स्वप्नात हरवलायंस?'' प्रिसिला म्हणाली. ''घर आलं.''

''मी रस्त्यातच माझी पँट घालायला हवी होती.'' हॅमिश म्हणाला. ''पण आता इथे कुणीच दिसत नाहीये. मी पटकन पँट चढवतो.''

''लवकर. अरे बाप...''

हॅमिशने सॉक्स चढवले व तो पँट वर ओढत असतानाच, समोरून कर्नल आणि मिसेस हालबर्टन-स्मिथ व त्यांचे पाच पाहुणे त्याला येताना दिसले.

कर्नलने हॅमिशकडे रोखून पाहिलं. हॅमिशचा एक पाय पॅंटीत तर एक पाय बाहेर होता. "तुझं हे काय चाललंय?" असं तो आता नक्की विचारणार असं हॅमिशच्या मनात आलं.

"तुझं हे काय चाललंय?" कर्नल चिडून ओरडला. मिसेस हालबर्टन-स्मिथ ही त्याच्यापेक्षा खूपच तरुण व सुंदर होती. तिने चटकन सावरून घेतले. "प्रिसिला, जरा इकडे येतेस का?"

प्रिसिलाला काय बोलावे ते कळेना. "मॉम मी तुझ्याशी नंतर बोलते. मिस्टर मॅक्बेथ, तू आधी गाडीत बस."

कर्नल त्यांच्या अंगावर धावून आला.

हॅमिश त्याच अवस्थेत कसाबसा गाडीत चढून बसला. प्रिसिला दुसऱ्या बाजूने गाडीत शिरली व कर्नल जवळ यायच्या आधी तिने गाडी सुरू केली.

"आता सगळं, माझ्यावर शेकणार," प्रिसिला वैतागत म्हणाली. "वडिलांना कुणाचंच म्हणणं पटत नाही. म्हणून तर गावातला एकही माणूस त्यांच्याशी बोलायला धजावत नाही."

हॅमिश अजूनही पॅंट चढवत होता. "आणि तू तुझ्या तरुण मित्राला काय सांगणार आहेस? तुझ्या वडिलांनी मला सांगितलं. खरं म्हणजे ताकीदच दिली की, तुझं त्या माणसाशी लग्न करणार आहेत."

"कुणाशीतरी लग्न करून मोकळं व्हावं असं मलाही आता वाटायला लागलंय." प्रिसिला म्हणाली. गाडी चालवत असल्यामुळे तिचं समोर लक्ष होतं. हॅमिशचा पडलेला चेहरा, तिला दिसला नाही. "त्याचसाठी तर माझे आईवडील मला लंडनला घेऊन गेले होते. लंडनला मजा आली, पण बराच खर्चही झाला. सगळ्या मुली, त्यांना आवडणाऱ्या मुलांशी लग्न करतात. सारा नावाची माझी मैत्रीण आहे. ती एका मुलाच्या प्रेमात पडली होती, पण तिने दुसऱ्याशीच लग्न केलं. लग्नाच्या वेळी ती मला हळूच म्हणाली, "मला त्या अमुक मुलाशी लग्न करायचं होतं," आता तिला एक मूल आहे आणि ती आपल्या संसारात छान रमलीय."

"माझ्या मते, प्रेम नसणाऱ्या पुरुषाशी लग्न करणं म्हणजे नरक आहे." हॅमिश म्हणाला. त्याचीही नजर आता समोर होती.

"खरंच? पण पोलीस हा प्रेमळ प्रियकर असू शकतो असं कुणालाच वाटत नाही." प्रिसिला अगदी बेफिकीरपणे बोलून गेली व मग शांतपणे गाडी चालवत राहिली.

"तुझ्या वडिलांना सांग की, मी त्या चोराला पकडलंय." हॅमिश म्हणाला. "पण मी त्याच्या हातात बेड्या घालायच्या आत तो लॉकडूला पळून गेलाय. मात्र तो आता त्यांना त्रास देऊ शकणार नाही."

"हां, हे सांगितलं की, ते शांत होतील. मला वाटतं, ल्युसीने लिहून ठेवलेली

माहिती तू वाचायलाच हवीस. तू असं कर, मध्यरात्रीच्या सुमारास घरी ये. मी चटकन तुला आत घेते म्हणजे ते कागद तुला बघता येतील.''

हॅमिशने मान डोलावली व तो गाडीतून खाली उतरला. त्याने आता वर्गातल्या लोकांवर लक्ष केंद्रित करायचं ठरवले. एलिस किनाऱ्यावर बसून फुलांचा हार बनवत होती. हॅमिशला ती आधुनिक काळातली ऑफेलियाच वाटली. जेरेमी व डॅफने एका बोटीत बसून गप्पा मारण्यात दंग झाले होते. बाकीचं कुणीच दिसत नव्हतं. हॅमिशने जाकीट काढलं व त्याचीच उशी करून तो गवतावर आडवा झाला. त्याच्या नजरेसमोर वेगवेगळी चित्रं येत होती. जॉनच्या वर्गातला एकेक माणूस, त्याचा स्वभाव, त्याच्या हालचाली, आठवड्याभरात घडलेल्या घटना, लेडी जेनने उच्चारलेले शब्द, सर्व गोष्टी एका मागोमाग एक सरकत होत्या. हळूहळू चित्रांची सरमिसळ होत गेली व तो गाढ झोपी गेला.

संध्याकाळ झाली. जॉनचे विद्यार्थी हॉटेलवर परतण्याची तयारी करू लागले. त्यांच्या आवाजाने हॅमिशला जाग आली. मेजरनेही एक सामन पकडला होता, पण डॅफनेने पकडलेल्या माशापेक्षा तो बराच छोटा होता. मेजरला मात्र जणू येशूचा पवित्र कप हाती आल्याचा आनंद झाला होता.

चार्ली धावत त्याच्यापाशी आला. ''मिस्टर मॅक्बेथ, तू माझ्या आईशी बोललास?''

''त्याचा काही उपयोग होणार नाही. तू मनातल्या मनात देवाची प्रार्थना कर. चल, मी तुला तुझ्या घरी सोडतो.''

एलिस बिचारी खिन्न मनाने कार्टराइट कुटुंबासोबत हॉटेलवर परतली. आज रात्री जर जेरेमीने आपली सोबत केली तरंच तिला त्याच्या प्रेमाची खात्री पटणार होती.

हॅमिश घरी पोहोचला तेव्हा ब्लेअर त्याचीच वाट पाहत थांबला होता. चौकशीच्या आणखी एका फेरीसाठी तो हॉटेलात जायला निघालेला होता. मेजरच्या बाबतीत आपला अंदाज चुकल्याने तो चांगलाच खवळलेला होता. त्याने आपला सगळा राग हॅमिशवर काढला. बिनकामाचा, आळशी, अक्कलशून्य अशा शेलक्या विशेषणांची त्याने खैरात केली. हॅमिश शांतपणे त्याच्यासमोर उभा होता. हॅमिशचे, त्याच्या बोलण्याकडे लक्षंही नव्हते.

त्यानंतर ब्लेअरने त्या संध्याकाळी वर्गातल्या प्रत्येक माणसाचा खरपूस समाचार घेत सर्वांना जेरीला आणले होते. रात्री सर्व जण जेव्हा जेवणासाठी एकत्र जमले तेव्हा प्रत्येकाच्या मनात घरी जायचे वेध लागले होते. ब्लेअरने त्यांना रविवारी सकाळी घरी जायची परवानगी दिली होती, पण कोणत्याही क्षणी, कुणालाही परत बोलावले जाईल असा सज्जड इशारा देण्यासही तो विसरला नव्हता.

मार्विन रॉथकडे पाहून कुणी हसण्याच्या मन:स्थितीत नव्हता. त्याने पहाडी

कपडे चढवलेले होते. रेघारेघांचा लोकरी शर्ट, चट्ट्यापट्ट्यांचा लोकरी पायजमा आणि स्कॉटिश पुरुष वापरतात तसे चामडी जोडे. मार्विनचा अवतार अगदी पाहण्यासारखा होता.

हॅमिशने दूरवर भटकत जायचे ठरवले. ऑफिसमधला फोन वापरता येणे शक्य नव्हते. आज रात्री ऑफिसमध्ये बसून आपण सर्व कागदपत्रं व पुरावे पुन्हा एकदा तपासणार आहोत असे ब्लेअरने जाहीर केले होते.

जेवण झाल्यावर एलिस आपल्या खोलीत एकटीच वाट बघत बसली. कुणीही तिच्या खोलीत फिरकलं नाही.

जेरेमी व डॅफने बारमध्ये बसून व्हिस्की पित होते. अखेर जेरेमी तिला घेऊन खोलीपर्यंत पोहोचवायला आला. दरवाजावर रेलून त्यानं तिच्याकडे हसून पाहात डोळे मिचकावले. "आत बोलावणार ना मला?" त्याने विचारले.

"नाही," डॅफिनेनेही हसत उत्तर दिले. "आज रात्री नको, नेपोलियन. माझं डोकं फार दुखतंय."

तिने दरवाजा बंद केला. काही क्षण तो तसाच उभा राहिला. तो मनातून घाबरला होता. काळजीने मन कुरतडले जात होते. हळूहळू चालत तो व्हरांड्याच्या टोकाला आला व त्याने दरवाजावर थाप मारली.

"एलिस, दार उघड," तो म्हणाला, "मी आहे."

हॅमिश खून घडलेल्या ठिकाणी येऊन पोहोचला. त्याने हातातल्या टॉर्चच्या प्रकाशात काही सापडतंय का हे शोधण्याचा प्रयत्न केला. पोलिसांनी अनेक वेळा तो परिसर पिंजून काढल्यामुळे हाती फारसं काही लागण्याची शक्यताच नव्हती.

त्याने टॉर्च बंद केला व तो निश्चलपणे उभा राहिला. अचानक झाडाची फांदी काडकन मोडल्याचा आवाज झाला. तो पावलांचा आवाज न करता, त्या दिशेने हळूहळू सरकू लागला. रस्त्याच्या बाजूला पसरलेल्या गवतावरून चालत असल्याने त्याच्या पावलांचा बिलकूल आवाज येत नव्हता. त्या पहाडी शांततेत भीतीची एक गूढ सावली पसरली होती. किर्र काळोख होता. टेकडीच्या टोकाशी येऊन तो उभा राहिला. झाडांच्या फांद्यांमधून चंद्रप्रकाशाचे एक दोन कवडसे दिसत होते.

त्या तेवढ्याशा प्रकाशाचा वापर करत, एखाद्या जंगली श्वापदासारखे कुणीतरी जमिनीवरून सरपटत होते. ती एमी रॉथ होती. थरथरणाऱ्या हाताने ती गवत चाचपत होती.

"गुड इव्हिनिंग, मिसेस रॉथ." हॅमिश म्हणाला.

एमी कशीबशी सावरत उभी राहिली व तिने वळून हॅमिशकडे पाहिले. त्या अर्धवट प्रकाशातही तिचा पांढराफटक पडलेला चेहरा स्पष्ट दिसत होता.

''कोण आहे?'' तिने दबक्या आवाजात विचारलं.

''इन्स्पेक्टर मॅक्बेथ.''

''ओह,'' ती किंचित हसली व त्याची नजर टाळत कपड्यांवरची धूळ झटकू लागली. ''माझा लायटर हरवला होता. सोन्याचा. मला वाटलं, बहुतेक इथेच कुठेतरी तो पडला असावा.''

''लायटर शोधण्यासाठी तू फारच छान वेळ निवडलीस. ही जागा तर फारच भयाण आहे.'' हॅमिश म्हणाला. ''इथे येण्यामागे तुझा हेतू काय आहे?''

''खूपच उशीर झालाय ना?'' ती त्याच्या दिशेने पुढे सरकत होती. ''मला हॉटेलात परतायला हवं.''

''आपल्या नवऱ्यानेच खून केलेला असणार याचा संशय तुला नेमका कधी आला होता?'' हॅमिशने विचारलं.

एमीने आपला चेहरा दोन्ही हातांनी झाकून घेतला. ''कधीकधी मार्विन इतका हिंस्र होऊन जातो.'' ती पुटपुटली. ''पण त्याने खून केलेला नसणार. नक्कीच...''

तिने एक दीर्घ श्वास घेतला व त्याच्या शेजारून ती तीरासारखी निघून गेली. तिच्या पाठमोऱ्या आकृतीकडे पाहत, हॅमिशने खिन्नपणे मान हलवली. त्याने अंधारात बाण मारला होता व त्याच्या पदरात अचानक सोन्याचं घबाडंच पडलं होतं. त्याने टॉर्च पेटवला व तो सर्व परिसर तपासून पाहायचं ठरवलं. बराच वेळ त्याचा शोध सुरू होता. अचानक त्याला काहीतरी चमकताना दिसलं. त्या दिशेने तो जमीन खुरडत जाऊ लागला. टॉर्चच्या प्रकाशात आता त्याला स्वच्छ दिसले. एका अणकुचीदार काट्यामध्ये कापडाचा एक निळ्या रंगाचा तुकडा अडकून बसला होता. पोलिस पथकाला तो कसा दिसला नाही याचे त्याला आश्चर्य वाटले.

त्याने तो अडकलेला तुकडा काळजीपूर्वक सोडवला व बारकाईने तपासू लागला. फिकट निळ्या रंगाचे ते ॲक्रिलिकचे कापड होते. त्याला आठवले, वर्गाच्या पहिल्याच दिवशी एलिसने याच रंगाची पँट घातली होती.

तो शांतपणे खाली बसला व आपले बोट आणि अंगठा यामध्ये ते कापड धरून, त्याने उलटसुलट न्याहाळले. अगदी अलीकडे कुणीतरी अगदी याच रंगाचा ड्रेस घातलेला होता. अचानक त्याच्या मुठी घट्ट आवळल्या गेल्या. भीतीने त्याचे शरीर बधिर होऊन गेले.

''बापरे!'' त्याच्या तोंडून नकळत शब्द उमटले.

दिवस सातवा

साध्या किंवा हलक्या गळाने एखाद्या मोठ्या माशाला
खेळवत पकडणं ही अनुभवी मासेमाराची खरी कसोटी असते.
- गिल्मर जी. रॉबिन्सन, फ्लाय कास्टिंग

मध्यरात्री बारा वाजून तीन मिनिटांनी हॅमिशने आपली गाडी हालबर्टन-स्मिथच्या
बंगल्यापासून थोड्या दूर अंतरावर थांबवली व तो बंगल्यापाशी पायी चालत होता.
दरवाजावर टकटक करावे की नाही याचा विचार करत असतानाच प्रिसिलाचा
दबका आवाज त्याने ऐकला. ''ये लवकर, नाहीतर आख्खं घर जागं व्हायचं.''

तिच्या मागोमाग जिना चढून, तो तिच्या बेडरूममध्ये पोहोचला. तिने कॉटनचा
सफेद गाउन घातला होता व गाउनचे कापड जाड असल्यामुळे अपारदर्शक होते.
तरीही इतका उत्तेजित करू शकणारा ड्रेस आपण यापूर्वी कधीच पाहिला नसल्याचा
विचार त्याच्या मनात येऊन गेला.

प्रिसिला बिछान्यावर बसली व तिने त्याला शेजारी बसण्याची खूण केली.
''रात्रीच्या जेवणाच्या वेळी सर्व जण तुझ्यासंबंधी खोदून-खोदून चौकशी करत होते.
त्यांना बोलण्यात गुंतवून मी चटकन इस्टेट ऑफिसमध्ये जाऊन आले. मी
सांगितलेली गोष्ट ममीला पटली. सशाचं काळीज असलेला तुझ्यासारखा माणूस
आणखी काय करू शकणार असंही ती म्हणाली. हे कागद वाच. मला काही ते
वाचता आले नाहीत.''

हॅमिशने ते कागद हातात धरले. ''मी शॉर्टहँड शिकलोय व लिहूही शकतो.
तिचं अक्षर मात्र वाचता यायला हवं. ठीक आहे. मला वाटतं...''

''तू जागी आहेस ना प्रिसिला? मला तुझ्याशी जरा बोलायचंय.''

''बापरे, डॅडींचा आवाज.'' प्रिसिला जवळजवळ किंचाळली. ''चल, लवकर.

तिकडे अगदी कोपऱ्यात जाऊन झोप. भिंतीला चिकटून. ब्लँकेट लपेटून घे.''

सुदैवाने हॅमिश गणवेशात नव्हता. कमालीचं उकडत असल्यामुळे त्याने कॉटनचा चौकटीचा शर्ट व पायजमा घातला होता.

त्याने बिछान्यावर उडी मारली व अगदी कडेला सरकत स्वत:ला ब्लँकेटमध्ये गुंडाळून घेतले. प्रिसिला त्याच्याजवळ सरकली व उशांना टेकून बसली. ''या डॅडी.'' तिने हाक मारली.

कर्नल हालबर्टन-स्मिथ खोलीत आला व बिछान्याच्या कडेवर बसला. प्रिसिलाने मागे सरकत, त्यांना जागा करून दिली. आता हॅमिश अगदी चेपून गेला होता.

''हे बघ प्रिसिला, हॅरिंग्टन कुटुंब उद्याच इथून निघेल. तू अजून काही निर्णयच घेत नाहीयेस.'' हॅमिश ब्लँकेटच्या आडून कर्नलचं बोलणं ऐकत होता. ''हॅरिंग्टन हा उमदा तरुण आहे. तू तर कुणाच्या प्रेमातही पडलेली नाहीस. मग असं एका मागोमाग एकेका मुलाला नाकारणं, बरं दिसत नाही.''

''डॅडी, मला नोकरी करायचीय.''

''मूर्ख आहेस. लग्न व मुलं हेच स्त्रीचं जीवन असतं. मी हॅरिंग्टनला जाऊन आता काय सांगू?''

''तुम्ही काहीही सांगा.'' प्रिसिला जांभई देत म्हणाली. ''डॅडी, मी इतकी थकलेय ना, मी आत्ता झोपले तरच मी उद्या जॉनशी नीट बोलू शकेन.''

''ठीक आहे,'' कर्नल म्हणाला. ''पण त्याला फार वेळ ताटकळत ठेवू नकोस.''

अखेर दरवाजा बंद झाल्याचा आवाज आला व हॅमिशने सुटकेचा नि:श्वास सोडला. प्रिसिलाने बिछान्यावर पुन्हा चादर पसरवली व तिने हॅमिशच्या विस्कटलेल्या लाल केसांकडे लाडिकपणे पाहिलं.

''गणवेशाशिवाय तू भलताच गोड दिसतोस.'' प्रिसिला म्हणाली. ''गुदमरून गेलास ना. तुझा चेहरा लाल झालाय आणि देवमाशासारखा केवढ्या जोरजोरात श्वास घेतोयस.''

''मी अगदी ठीक आहे,'' हॅमिश मोठ्या मुश्किलीने बिछान्यावर बसत म्हणाला. ''मला जरा ते कागद दाखव.''

प्रिसिलाने उशांखाली दडवलेले कागद काढून त्याच्या हातात दिले. वाचता-वाचता, त्याच्या चेहऱ्यावर आठ्या उमटत गेल्या व मग त्याचा चेहरा आक्रसला गेला. ''मला फोन करायलाच हवा,'' तो म्हणाला.

''तू असा काय विचित्र दिसतोयंस?'' प्रिसिला घाबरून म्हणाली. ''काय झालंय? आणि तू पोलीस स्टेशनचा फोन का वापरू शकत नाहीस?''

''आज रात्रभर तिथे ब्लेअर मुक्काम ठोकून बसलाय. मला इस्टेट ऑफिसचा

फोन वापरता येणार नाही का?''

''जोपर्यंत तुला कुणी पकडत नाही तोपर्यंत जरूर वापरता येईल.'' प्रिसिला थोडी खट्टू झाली होती व का ते तिलाही कळत नव्हतं. ''नोकरीच्या बाबतीत तू इतका प्रमाणिक व उत्साही असशील असं वाटलं नव्हतं.''

''त्यात काय मोठंसं?'' तिच्या अंगावरून सरकत तो खाली उतरला. ''मी पाऊल न वाजवता जिना उतरून जाईन. कुणाला आवाजसुद्धा येणार नाही.''

''गुड नाइट.'' प्रिसिला नाराजीने चिडून म्हणाली.

हॅमिश तिच्याकडे बघून मिश्कील हसला. प्रिसिला गाल फुगवून बसली होती. ''थँक्स, मिस हालबर्टन-स्मिथ. तू मला खूपच मदत केलीस.'' तो अचानक वाकला व त्याने तिच्या गालावर ओठ टेकवले. स्वत:च लाजून चूर होत तो चटकन खोलीबाहेर पडला.

''अरे थांब,'' प्रिसिला अर्धवट पुटपुटली. बंद होणाऱ्या दरवाज्याकडे ती विस्मयाने पाहत राहिली. नकळत तिचा हात गालावरून हलकेच फिरत राहिला.

हॅमिश इस्टेट ऑफिसमधल्या फोनपाशी बसला आणि आपल्या असंख्य नातेवाइकांशी नावे त्याच्या नजरेसमोर येऊ लागली. लंडनमधला रॉरी, न्यू यॉर्कचा एर्ची, पीटर हाँगकाँगमध्ये राहायचा. पण ॲलेसबरीत राहणारा जेनी ऑक्सफर्डच्याजवळ होता...

अखेर त्याने फोन उचलला व तो डायल करू लागला.

उजाडणाऱ्या पहाटेबरोबर आकाशाचा व पाण्याचा रंग उजळू लागला होता. झोपेमुळे जड झालेली पावलं संथपणे टाकत, हॅमिश नदीच्या किनाऱ्याने घरी परतत होता. झोपेच्या आधीन होण्याआधी त्याला आणखी एक काम करणं भाग होतं. कर्तव्य तो चुकवू शकत नव्हता. त्याचं शरीर व मन जड होऊन गेलं व त्याच्या ओठांवर प्रार्थनेचे शब्द येऊ लागले.

सफेद रंगाचे फाटक उघडून तो आत आला व घराला वळसा घालत मागच्या स्वयंपाकघरापाशी पोहोचला. त्याने दरवाजाच्या काचेवर जोरजोरात थापा मारल्या. जिन्यावरच्या खोलीत दिवा पेटल्याचे त्याच्या लक्षात आले. जिन्यावरून पायऱ्या उतरल्याचा आवाज आला. तो शांतपणे दरवाजाबाहेर उभा होता.

दार उघडलं गेलं आणि टिना बॅक्स्टर डोळे चोळत त्याच्याकडे चकित होऊन पाहत राहिली. तिने गुलाबी रंगाचा गळाबंद गाउन घातलेला होता. तिच्या चेहऱ्याचा रंग मात्र हळूहळू उतरत चालला होता.

''मी आत येऊ शकतो का?'' हॅमिशने गंभीरपणे तिला विचारले.

ती बाजूला सरली व त्याने स्वयंपाकघरात प्रवेश केला. त्याच्या पाठोपाठ

चालत ती चटकन ओट्यावर बसली. तिच्या पायातलं त्राण निघून गेलं होतं.

"मी त्यादिवशी इथे आलो होतो," हॅमिश म्हणाला. "चार्लीसंबंधी बोलायला. त्या वेळी तुझ्या अंगावर एक निळ्या रंगाचा ड्रेस होता. त्याने आपल्या जाकिटातून एक लखोटा काढला व टेकडीवर मिळालेला तो निळ्या रंगाचा कापडाचा तुकडा तिला दाखवला. "हा तुझाच आहे?"

"हो," मिसेस बॅक्स्टर तोंडातल्या तोंडात पुटपुटली. तिने आपला चेहरा झाकून घेतला व ती रडू लागली.

"माझा इलाजच नव्हता," ती हुंदके देत म्हणाली. "अपमान. बदनामी. माझ्या चार्लीचं नाव पेपरात छापलं गेलं. मला तिचं तोंड बंद करावंच लागलं."

हॅमिश बाजूचं स्टूल ओढून, तिच्यासमोर बसला. त्याच्या छातीत बसलेली धडकी हळूहळू ओसरू लागली होती व त्याचं मन आता स्वच्छ, सरळ विचार करू लागले होते. सूर्याची पहिली किरणं खोलीत येऊ लागल्याने हवेतही आता उबदारपणा आला होता.

"मिसेस बॅक्स्टर," तो अतिशय हळू आवाजात बोलू लागला. "खून झाल्यानंतर लगेचच पोलीस पथकाने झाडाझुडपांचा व त्या साऱ्या परिसराचा अगदी कसून शोध घेतला होता. तरीसुद्धा त्यांना हा कापडाचा तुकडा सापडला नाही. मलाच तो नेमका मिळावा ही गोष्ट तशी मला विचित्रच वाटते."

"ते मीच केलं होतं." टिना बॅक्स्टर त्याच्याकडे पापणीही न हलवता रोखून पाहत होती. तिचा चेहरा बोलका झाला होता.

"हो, ते तू केलंस हे दिसतंय. पण खून नव्हे. तू मुद्दामहून आपल्या ड्रेसचा एक तुकडा फाडलास व गपचूप तिथे ठेवून दिलास. तो कुणालातरी सापडावा, या हेतूने. मला आता पुन्हा एकदा चार्लीबद्दल तुझ्याशी बोलायला हवं. तो बारा वर्षांचा आहे. फक्त बारा वर्षांचा. वयाच्या मानाने त्याच्यापाशी थोडी जास्त ताकद असेलंही पण लेडी जेनसारख्या जाडजूड बाईला तो कधीच नमवू शकत नाही..."

"त्याच्या रक्तातच ते आहे... रक्तातंच." टिना बॅक्स्टर म्हणाली. हातातला कापडाचा तुकडा घट्ट पकडून त्याचा ती चोळामोळा करत होती. ती कमालीची अस्वस्थ झाली होती. "त्याचे वडील हिंसक होते. मी जर घटस्फोट दिला नाही, तर मला ठार मारायची त्यांनी धमकी दिली होती." मनाचा तोल सुटून तिचा आवाज कर्कश झाला होता.

"मला तर आता वाटू लागलंय," हॅमिश कळकळीने म्हणाला. "तू एखाद्या साधुपुरुषालाही भडकवू शकशील. तुला बदडून काढावं असं मलाही वाटतंय. तू मुद्दाम तयार केलेल्या या खोट्या पुराव्यामुळे क्षणभर माझीही अशी समजूत झाली की, खून चार्लीनेच केलाय व त्याचा आळ तू स्वत:वर ओढवून घेतेयंस. तू भयंकर

धोकेबाज बाई आहेस. हे बघ, आता मी सांगतो तसं करायचं. चार्लीला मावशीकडे सोडून तू ताबडतोब हे गाव सोडून जायचंस आणि शहरात जाऊन एखाद्या तज्ज्ञ डॉक्टरकडून स्वत:वर उपचार करून घ्यायचे. तुझ्या अशा विक्षिप्त वागण्याने कुणालाही वेड लागायची पाळी येईल.

''जर तू असं केलं नाहीस तर आपला मुलगा खून करू शकतो यावर तुझा विश्वास होता व त्या खोट्या समजुतीमुळे त्या अजाण मुलावर खुनाचा आरोप होऊ शकला असता ही गोष्ट मी पत्रकारांना कळवून टाकीन.''

हॅमिश उठून उभा राहिला. ''तर मिसेस बॅक्स्टर, मी म्हणतोय त्यावर शांतपणे व काळजीपूर्वक विचार कर. मी कोणत्या थरापर्यंत जाऊ शकतो याची तुला अजून कल्पना नाही.''

आज वर्गाचा शेवटचा दिवस होता. पोलिसांचा आक्षेप नसेल तर सर्वांचे घरचे व ऑफिसचे पत्ते घेऊन ब्लेअर त्यांना रविवारी सकाळी घरी जायची परवानगी देणार होता. ॲन्स्टे नदी अगदी जवळून वाहत होती. जॉन व हेदरने आज मरागला जायचे निश्चित केले होते.

हॅमिश पोलीस स्टेशनवर परतला तेव्हा ब्लेअर गाढ झोपलेला होता. तो टाइपरायटर समोर बसला व त्याने टाइप करायला सुरुवात केली. नंतर टाइप केलेले कागद काळजीपूर्वक वाचून त्याने ते बाजूला ठेवून दिले. वर्गातल्या प्रत्येक व्यक्तीविषयी तो बराच वेळ विचार करत राहिला. त्याच्यापाशी 'जगप्रसिद्ध गुन्हे' या गाजलेल्या पुस्तकाचे दहा जाडजूड खंड होते. झोपेने जड झालेल्या त्याच्या डोळ्यांसमोर खून करण्यामागचे विविध हेतू दिसू लागले होते. पैसा, द्वेष, सूड ही त्यामागची प्रमुख कारणं असू शकतात. ड्रग्ज किंवा दारूच्या अतिसेवनातूनही अशा घटना घडू शकतात. माणूस नशेमध्ये कुठल्याही टोकाला जाऊ शकतो. पण वर्गातली एकही व्यक्ती इतकी व्यसनाधीन नव्हती. त्याने एकापाठोपाठ अनेक चहाचे कप रिचवले. त्याचा कुत्रा टाउझर त्याच्या पायाभोवती घोटाळत फिरत होता. आपला धनी अजून झोपत का नाही याचे त्याला नवल वाटत असावे. हॅमिश झोपला की, त्याच्या पायाशी तोही गाढ झोपून जात असे.

''सदसद्विवेकबुद्धीचा अभाव हेच यामागचे सूत्र आहे,'' हॅमिशच्या मनात विचार तरळला.

जॉन कार्टराइटचे विद्यार्थी जेव्हा हॉटेलबाहेर पडत होते तेव्हा हॅमिश निद्रेच्या आधीन झाला होता. टाइप केलेले कागद त्याने आपल्या छातीशी घट्ट धरून ठेवले होते. त्याचा कुत्राही त्याच्या पायाशी आडवा पडून घोरू लागला होता.

हॅमिश खडबडून जागा झाला. ब्लेअर त्याला हाताने हलवत होता. ''दुपार

झालीय,'' ब्लेअर त्याच्या अंगावर खेकसला. ''तुझ्या हा आळशीपणाबद्दल मला कळवायलाच हवं. तुला मी एक काम देतोय. संध्याकाळी माझ्याबरोबर यायचं आणि प्रत्येकाचे पत्ते लिहून काढायचे. फक्त घराचेच नव्हे तर नोकरी-व्यवसायाच्या ठिकाणचेही. त्यांनी प्रवासाचा आणखी काही बेत ठरवला आहे का, याचीही माहिती मिळवायची.''

''आधी इथून चालता हो,'' ब्लेअरच्या मागून अचानक एक लहान, चिरका आवाज ऐकू आला. ब्लेअर चकित होऊन झर्रकन वळला. हातात चहाचा कप घेऊन चार्ली बॅक्स्टर दरवाजात उभा होता. ''हे इन्स्पेक्टर मॅक्बेथचं घर आहे.'' तो म्हणाला. ''आणि इथे येऊन त्यालाच दम भरण्याचा तुला मुळीच हक्क नाही.''

चिडून लाल झालेल्या त्या मुलाकडे ब्लेअर पाहतंच राहिला. हॅमिश चटकन बिछान्यावरून खाली उतरला.

''चार्ली तू जरा स्वयंपाकघरात जा,'' तो म्हणाला. ''सर, मी हॉटेलात कधी येऊ?''

''सहा वाजता.'' ब्लेअर संतापला होता. ''आणि या मुलाला जरा वागण्याची पद्धत शिकव.'' तो ताडताड पावलं टाकत निघून गेला. आता ऑफिसामध्ये जाऊन तो आपला राग मॅक्नॅब व अँडरसनवर काढणार हे उघड होतं.

''मिस्टर मॅक्बेथ, मी तुझ्यासाठी नाष्टा बनवलाय.'' चार्ली लाजत म्हणाला. ''हा बघ, टेबलावर ठेवलाय.''

''अरे वा, तू तर अगदी छान काम केलंस.'' हॅमिश शिजवलेले मांसाचे तुकडे व उकडलेली अंडी हाताने चाचपत म्हणाला. ''घरातल्या बाईलासुद्धा जमणार नाही. आज तू बाकीच्यांबरोबर गेला नाहीस?''

''मला वाटलं की, तू मला मरागला घेऊन जाशील.'' चार्ली त्याला म्हणाला. ''मला आधी तुझे आभार मानायचेत. आई चिडून घरी निघून गेली, तू किंवा मावशीने तिला काय सांगितलं कोण जाणे? मी मात्र आता इथेच राहणार आहे.''

''मनासारखं झालं की नाही?'' हॅमिश हसत उद्गारला. ''तुझी आई तशी चांगली आहे, पण लहानसहान गोष्टींची खूप काळजी करत राहते.''

''मिस्टर मॅक्बेथ, कदाचित आपण दोघं मिळून तो खुनी शोधू शकतो.''

''हो, हो. आपल्याला कदाचित जमूही शकेल. जरा थांब, मी गणवेश चढवतो. मग आपण निघू या.''

वर्गातल्या लोकांमध्ये आता उत्सवाचं वातावरण पसरलं होतं. डॅफनेनेही आपले अचकटविचकट चाळे थांबवले होते. नाष्ट्याच्या वेळी सर्वांचंच असं एकमत झालं होतं की, त्यांच्यापैकी कुणीच तो खून केलेला नव्हता. एखाद्या चोरट्याने केवळ दागिने-पैशाच्या अमिषाने किंवा एखाद्या माथेफिरू माणसाने लेडी

जेनला ठार मारले असावे. उद्या ते आपापल्या घरी परतणार होते व पुढची कितीतरी वर्षे ते भेटणाऱ्या प्रत्येकाला ही खुनाची घटना रंगवून-रंगवून सांगणार होते.

एलिसने हॅमिशला बाजूला बोलावले व गळ्यातल्या सोन्याच्या साखळीत अडकवलेली चांदीची अंगठी दाखवली. ''जेरेमीने मला दिली.'' तिने सांगितले. ''आज सकाळी त्याने ती गावातल्या दुकानातून खरेदी केली. मी ती बोटातच घालणार होते, पण सध्या कुणाला कळू देऊ नकोस असं तो म्हणाला.''

''का?'' हॅमिशचे कुतूहल जागृत झाले. ''त्याचे काही लग्न झालेले नाही.''

''तुम्हा पुरुषांना, लपवाछपवीची फार आवड असते.'' एलिस हसत म्हणाली.

''मी जर माझ्या आवडत्या मुलीशी लग्न करायचं ठरवलं, '' हॅमिश संथपणे म्हणाला. ''तर मी त्या समोरच्या डोंगरमाथ्यावर उभा राहून, साऱ्या जगाला ओरडून सांगेन.''

त्याच्या बोलण्यावर एलिस नुसतीच गालातल्या गालात हसली व निघून गेली. हॅमिश एका मोठ्या खडकावर जाऊन बसला. दिवसभर त्याने तिथे बसून प्रत्येकाचे सूक्ष्म निरीक्षण केले. अखेर, पाच वाजता उठून तो हेदरपाशी आला. ''मिसेस कार्टराइट, ब्लेअरने तुम्हा सर्वांना सहा वाजता हॉटेलवर बोलावलंय, सर्वांना तयार होऊन बाहेरच्या हिरवळीवर जमायला सांग. सगळ्यांचे पत्ते लिहून घ्यायचं काम, त्याने माझ्यावर सोपवलंय. शिवाय मला तुम्हा सर्वांबरोबर थोडं बोलायचंही आहे. ''

''ठीक आहे.'' हॅमिशच्या चेहऱ्याकडे संशयाने बघत, हेदर म्हणाली. ''मी सर्वांना घेऊन येते.''

''मी निघतो.'' हॅमिश म्हणाला. ''त्या वेळी तिथे तुमच्याखेरीज कुणीही असणार नाही याची खबरदारी घे.''

तो हॉटेलवर पोहोचला तेव्हा ब्लेअर, मॅक्नॅब व अँडरसन त्याचीच वाट पाहत होते. ''ठरल्याप्रमाणे सर्व जण इथे येताहेत.'' हॅमिश म्हणाला. ''बरोबर सहा वाजता. मी मॅनेजर जॉन्सनला जाऊन सांगतो की, त्या वेळी तिथे कुणालाही यायची परवानगी देऊ नकोस. आणि हे बघ मिस्टर ब्लेअर, मी त्याच वेळी खुनी इसमाला तुझ्या ताब्यात देईन.''

मॅक्नॅबने कसंबसं हसू दाबलं. जिमी अँडरसन त्याला म्हणाला, ''हॅमिश, तू गुन्ह्यासंबंधीची मोठमोठी पुस्तकं वाचतोस. खरा गुप्तहेर हा वाचनालयातून पुरावे गोळा करतो व बाहेर येऊन गुन्हेगाराचा नकाब उतरवतो.''

''असं?'' हॅमिश म्हणाला व चालू पडला.

''त्याला वेड लागलंय.'' मॅक्नॅब हसत म्हणाला, ''मी त्याला घरी जाऊन कॉफी पीत बसायला सांगतो.''

''अजिबात नाही,'' ब्लेअर म्हणाला. ''त्याचं जे काही चाललंय ते चालू राहू दे. मी त्याला सर्वांसमोर मूर्ख ठरवणार आहे आणि एका आठवड्यातच नोकरीवरून काढून टाकणार आहे.''

हॅमिश जेव्हा हॉटेलवर आला तेव्हा ब्लेअरच्या वागण्याचे त्याला भलतेच आश्चर्य वाटले. तो हॅमिशशी अगदी तत्परतेने व मवाळ भाषेत बोलत होता. हॅमिशने दिलेल्या सूचनाही त्याने लगेच अमलात आणल्या. त्याने मॅक्नॅबला दरवाजापाशी तर जिमीला खिडकीपाशी उभे राहायला सांगितले.

हिरवळीलगतच्या हॉलमध्ये हळूहळू एकेक जण येऊ लागला होता. शेकोटीच्या जागेपाशी हॅमिश शांतपणे उभा होता. अखेर सर्व जण येऊन पोहोचले.

''उद्या तुम्हाला घरी पाठवण्याआधी,'' तो म्हणाला, ''मला तुमच्याशी थोडं बोलायचंय.'' मॅक्नॅब तोंड लपवत हसला.

''तुमच्यापैकी नक्की कोणी खून केलाय हे मला शोधणं फारच अवघड गेलं. याचं कारण म्हणजे प्रत्येकाच्याच बाबतीत संशय येण्यासारखं काही ना काही कारण मला स्पष्ट दिसत होतं.''

''बोलणं लवकर आटप,'' डॅफने गोर जांभई देत म्हणाली. ''मला व्हिस्कीची तहान लागलीय.''

''जॉन आणि हेदर कार्टराइट,'' डॅफनेच्या बोलण्याकडे संपूर्ण दुर्लक्ष करत तो म्हणाला, ''पेपरात जर तुमच्या शाळेविषयी काही वाईट छापलं गेलं असतं तर तुमचं आयुष्य उद्ध्वस्त होणार होतं आणि लेडी जेन तर तुम्हाला बदनाम करणारा लेख लिहिणार याची तुम्हाला खात्री पटलेली होती. कारण जॉनला, त्याच्या ऑस्ट्रियाच्या मित्राकडून एक पत्र आलं होतं व त्यात लेडी जेनने आपल्याला आयुष्यातून कसं उठवलं याची त्याने संपूर्ण हकिगत लिहिलेली होती. ही शाळा म्हणजे मिस्टर कार्टराइटचं सर्वस्व आहे आणि जॉन हेच हेदर कार्टराइटचं सर्वस्व आहे. त्यामुळे दोघे मिळून तिचा खून करण्याची शक्यता आहे... किंवा दोघांपैकी एक जण.

''मार्विन आणि एमी रॉथ...''

''मला हे असलं ऐकून घ्यायची अजिबात सवय नाही,'' हेदर म्हणाली. ती अर्धवट उठून उभी राहिली. तिचा चेहरा संतापाने फुलला होता. पण तिने जॉनचा पडलेला चेहरा पाहून स्वतःला शांत केलं.

''मार्विन रॉथ,'' हॅमिश म्हणाला. ''हा काही वर्षांपूर्वी एका बेकायदेशीर प्रकरणात अडकला होता. त्याचा कपड्यांचा व्यापार होता व त्यासाठी त्याने परदेशी घुसखोरांना कामावर ठेवल्याचा त्याच्यावर आरोप ठेवण्यात आला होता. आपला राजकारणात प्रवेश होत असताना त्यामध्ये हे जुने प्रकरण पुन्हा चव्हाट्यावर

येऊ नये असं त्याला वाटत होतं. लेडी जेनने मारलेल्या एका टोमण्यामुळे तिला आपला पूर्व इतिहास समजलाय याचा त्याला अंदाज आलेला होता.''

''त्यानंतर एमी रॉथ. आपण ऑगस्टामधील ब्लँचर्ड खानदानातल्या आहोत अशी तू सतत बढाई मारत होतीस, पण ब्लँचर्ड घराण्यात तुझा जन्म झालेला नाही. दहा वर्षांपूर्वी तुझे टॉम ब्लँचर्डशी लग्न झाले होते व ते लग्न काही आठवडेसुद्धा टिकलेले नव्हते. पण तू ब्लँचर्ड या नावाचा अजूनही फायदा उठवतेस ही गोष्ट लेडी जेनला ठाऊक होती.''

मार्विनने टक्कलावरचा घाम रुमालाने पुसला. ''तू एक गोष्ट लक्षात घे,'' तो अस्वस्थ झाला होता. ''आपण जन्माने ब्लँचर्ड आहोत असं एमीने कधीही म्हटलेलं नाही. म्हटलंयंस तू असं राणी?''

''हो. तिने असं म्हटलंय.'' डॅफने म्हणाली. ''अगदी व्होडकाचा शेवटचा पेग संपेपर्यंत ती हेच सांगत होती.''

''तुझी ऐकण्यात चूक झाली असेल.'' डॅफनेकडे एक थंड व उदास नजर टाकत मार्विन म्हणाला.

''त्यानंतर आपण मेजर पीटर फ्रेमपाशी येऊ,'' हॅमिश म्हणाला.

''आता माझ्याबद्दल पुन्हा काही नको.'' आपल्या हातांनी चेहरा झाकत मेजर म्हणाला.

''तू आपल्या प्रतिष्ठेबद्दल व सभ्य वर्तनाबद्दल भलताच दक्ष असतोस.'' हॅमिश बोलू लागला. ''तू संतापी आहेस आणि तू सर्वांसमोर लेडी जेनला ठार मारायची धमकी दिली होतीस. तू प्रत्यक्ष युद्धात कधीही उतरला नाहीस व तुझी कौटुंबिक पार्श्वभूमीही फार मोठी उच्चकुलीन वगैरे नाही. लेडी जेनने तुला चांगलंच हैराण केलं होतं.''

''एलिस विल्सन.'' एलिस जेरेमीकडे बघून हसली, पण तो कपाळाला आठ्या घालून दरवाजाकडे पाहू लागला. ''लहानपणी तू एका किरकोळ गुन्ह्यामध्ये स्वत:ला निष्कारण ओढवून घेतलं होतंस व तेव्हापासून ती घटना तुझा सतत पिच्छा पुरवत राहिली होती. ते प्रकरण उघडकीला येऊ नये यामागे एक मोठं कारण आता तुझ्या मनात दडलं होतं. त्यासाठीच कदाचित तू खून करण्याच्या थरापर्यंत जाऊ शकत होतीस.''

कुणीही जागचं हललं नाही, परंतु सर्व जण एलिसची नजर चुकवू लागले होते.

''मी असं करणं शक्यच नाही.'' एलिसची छाती धडधडत होती. ''जेरेमी... प्लीज...''

''चार्ली बॅक्स्टर,'' हॅमिशने आपलं बोलणं थांबवलं नाही. ''तुला लेडी जेनने

फारंच वाईट वागवलं आणि तुझ्या वयाची मुलं, विचित्र तणावाखाली काहीही करू धजतात अशी उदाहरणं आहेत.''

''जेरेमी ब्लिथ. माझ्या मते तू एक बेफिकीर, महत्त्वाकांक्षी व स्वार्थी पुरुष आहेस. ऑक्सफर्डमध्ये असताना तू दोन स्त्रियांबरोबर भानगडी केल्यास व त्यानंतर आणखी किती जणींना फसवलं असशील ते परमेश्वरच जाणो. तुला मजूर पक्षाचा सभासद म्हणून निवडून यायची फार इच्छा आहे आणि लेडी जेनने लिहिलेला तुझ्याविषयीचा लेख प्रसिद्ध झाला असता तर तुझी सारी स्वप्नं धुळीला मिळणार होती.''

''हा माणूस दुष्ट आहे,'' एलिस विचार करून दमली होती. ''त्याने आमच्यापैकी प्रत्येकाला विश्वासात घेऊन हे सांगायला हवं होतं. सर्वांना नागडं करण्याचा त्याने खेळ मांडलाय.'' तिने हॅमिशकडे चिडून पाहिलं. तो आपल्या हातातील टिपणं चाळत होता. नजर उचलून त्याने सभोवार पाहिलं. 'खून कुणी केलाय हे त्याला ठाऊकच नसावं!' असाही एक विचार तिच्या मनात चमकला. 'आपल्या कडक बोलण्यामुळे खरा खुनी विचलित होऊन गुन्हा कबूल करेल अशी त्याने अटकळ बांधलेली असावी.'

''डॅफने गोर. लेडी जेनने तुझी संपूर्ण माहिती काढलेली होती. तुला मानसोपचार तज्ज्ञांकडून का उपचार करून घ्यावे लागले याबद्दलच्या तपशिलात मी शिरत नाही, पण मानसिक ताण असह्य झाला तर खून करण्यापर्यंत तुझी मजल जाऊ शकते इतक्या तू अस्थिर मनाची आहेस असं मला वाटतं.''

खोलीतले वातावरण सुन्न होऊन गेले. कुणीच काही बोलत नव्हते. ''मॅक्बेथ, जर तुझा हा छोटासा खेळ संपला असेल.'' ब्लेअर म्हणाला, ''तर आपण त्यांचे पत्ते आणि...''

हॅमिशने त्याच्याकडे दुर्लक्ष केले

''आता आपल्याकडे फक्त एक पुरावा आहे. अर्धवट फाटलेला एक फोटो व त्याच्या वरच्या कोपऱ्यात 'बाय ब्रिट' अशी अक्षरं दिसताहेत. सुरुवातीला माझा असा समज झाला की, ब्रिटिश वस्तू खरेदी करा अशी जाहिरात करणारं ते एक पोस्टर आहे. वरच्या बाजूस डोक्यासारख्या आकारावर, स्त्रिया घालतात तसा एक छोटा मुकुट आहे. मला त्याचा अर्थ जाणून घेण्यासाठी बरेच फोन करावे लागले व अखेर त्या घोषणावजा वाक्याचा अर्थ उलगडला.''

''बाय ब्रिटर्स बिअर – ब्रिटर्स बिअर घ्या असं ते पूर्ण वाक्य आहे. अमेरिकेत विकली जाणारी ती एक खास प्रकारची बिअर आहे.''

''हे नाव तर कधीच ऐकलेलं नाही.'' मार्विन रॉथ म्हणाला.

''अनेक जणांना ते नाव ठाऊक नाही.'' हॅमिश म्हणाला. ''ब्रुकलिनमधील रेड हुक या भागातील माफियांच्या नियंत्रणाखाली असलेली एक छोटी कंपनी केवळ

स्थानिक पातळीवर या बिअरचे उत्पादन करते. ती बिअर इतकी स्ट्राँग आहे की, गावातल्या नदीत विरघळू न शकणाऱ्या सर्व द्रवपदार्थांच्या रसायनांतूनच जणू ती बनवली जात असावी. केवळ नशिबानेच मला ही सर्व माहिती मिळू शकली. मिसेस रॉथने एकदा रेड हुकचा उल्लेख केला होता. पण त्यावेळेस तो माशांचा एक प्रकार असावा असा माझा समज झाला होता. रेड हुक हे ब्रुकलिनमधील एक जिल्ह्याचं ठिकाण आहे हे मला नंतर समजलं. एर्ची नावाचा माझा एक मावसभाऊ ब्रुकलिनमध्ये राहतो. त्याला मी फोन लावला. ही बिअर माफियांच्या छोट्या क्लब्समध्ये विकली जाते असं त्याने मला सांगितलं.''

''एमी ब्लँचर्ड किंवा एमी रॉथ हे नाव त्याने कधीही ऐकलेलं नव्हतं, पण फार वर्षांपूर्वी एमी नावाची एक कॅबेरे नर्तिका प्रसिद्ध होती हे त्याला आठवलं. इटालियन भागात एमी हे नाव मुलीला सहसा ठेवले जात नाही. त्यामुळे ते नाव त्याच्या पक्कं लक्षात राहिलं होतं. लेडी जेन इथे येण्यापूर्वी अमेरिकेत जाऊन आली होती व बरोबर येताना तिने बराच मसाला गोळा करून आणला होता. तुम्हा सर्वांविषयी लिहिलेले लेख प्रसिद्ध होईपर्यंत लेडी जेनची शांत बसण्याची तयारी करत होती. लेख प्रसिद्ध झाले की, तुमची जाहीर नाचक्की होणारच होती. पण त्याआधीच एमीने तिला गाठले. जंगलात, दोघींची गुप्तभेट ठरली. भेटीत, लेडी जेनने एमीला तिचा जुना, कॅबेरे नर्तिका असतानाचा फोटो दाखवला. त्या फोटोत ती विवस्त्र होती, फक्त डोक्यावर एक छोटासा दागिना होता. मिसेस रॉथ, तुला फारशी अक्कल नाही व असलेली अक्कल तुला वापरता येत नाही असं माझं तुझ्याबद्दल मत आहे, म्हणजे माझी तशी ठाम खात्री आहे. बोलताना तुझ्या डोळ्यात एक प्रकारचे कठोर, बेरकी व हिशेबी भाव असतात. तू लेडी जेनचा गळा आवळलास व तिला नदीच्या काठावर फरफटत आणलंस. तिच्या शरीराभोवती काहीतरी जड वस्तू बांधायची कल्पना तुला सुचली. म्हणून तू किनाऱ्यावर भटकून ती साखळी शोधून काढलीस. ज्याक्षणी तू तिला पाण्यात ढकललेस त्या क्षणी तुला सुरक्षित वाटले. त्यानंतर तू तिच्या खोलीत गेलीस व तिच्या लिखाणाचे सर्व कागद नष्ट करून टाकलेस. तुला वाटले की, आपण शरीरविक्रय करणारी एक कॅबेरे नर्तिका होतो ही गोष्ट आपल्या नवऱ्याला आता कधीच कळणार नाही.''

''बापरे,'' हेदरचं भाबडं मन ते सर्व ऐकून बिथरून गेलं होतं. अजूनही स्त्रिया आपल्या शरीराचा विक्रय करत असतात? तिला भोवळ येत होती.

एमी रॉथ अगदी स्तब्ध बसून होती. तिची नजर जमिनीवर खिळली होती.

मार्विन रॉथ कसाबसा उभा राहिला व त्याने एमीला जवळ घेतले.

''तू वाट्टेल ते बकतोयस.'' तो खरखरीत आवाजात म्हणाला. ''एमीबद्दल तू जी गरळ ओकलीस, त्यातल्या एका शब्दावरही माझा विश्वास बसलेला नाही. माझं

तिच्यावर प्रेम आहे याची तिला पूर्ण खात्री आहे. तिच्या पूर्व इतिहासाशी मला काही देणंघेणं नाही हेसुद्धा तिला पक्कं ठाऊक आहे. माझा इतिहासही धुतल्या तांदळासारखा स्वच्छ नाही. मला सांग, तुझ्याकडे पुरावा कुठे आहे?''

''या घटनेचा एक साक्षीदार आहे,'' हॅमिश म्हणाला. ''त्याचं नाव अँगस मॅकग्रेगर. तो या गावातच राहतो व रात्रीच्या भुरट्या चोऱ्या करतो.''

तो बोलायचा थांबला. एमी नजर उचलत, त्याच्याकडे पाहत होती. एरवी तिच्या नजरेतले मृदू व गाईसारखे निरागस असणारे भाव आता लुप्त झालेले होते. आता तिची नजर कठोर व निर्विकार झाली होती. दोन डोळे म्हणजे जणू दोन पाषाण वाटत होते.

''तू खून केलास. होय ना?'' हॅमिशने विचारले.

एमी रॉथने जीभ फिरवत ओठ ओले केले.

''होय.'' तिने शांतपणे कबुली दिली.

''त्यावेळेस तू मला म्हणाली होतीस की, आपल्या नवऱ्यानेच हे कृत्य केलं असल्याचा तुला संशय वाटतोय व त्याची एखादी वस्तू तिथे राहून गेली असेल या भीतीने ती शोधण्यासाठी म्हणून तू तिथे आली होतीस. खरंतर तुझीच वस्तू गहाळ झाली असेल या विचाराने तू घाबरून गेली होतीस.''

''हो.'' एमी पुन्हा आपल्या त्याच घोगऱ्या आवाजात म्हणाली.

मार्विनचा चेहरा पांढराफटक पडला होता व मनातल्या भावनांना आवरणं त्याला अशक्य झाले होते. त्याच्या डोळ्यांतून घळघळ अश्रू वाहू लागले. ''तू तिला हे सर्व कबूल करायला भाग पाडतो आहेस.'' काही क्षण नि:शब्दतेत गेले. ''एमी,'' मार्विन कळवळून म्हणाला, ''जरी तू ते केलं असशील तरी ते फक्त माझ्याचसाठी केलं आहेस. ते राजकारण गेलं खड्ड्यात. तुझ्याहून मला दुसरं काहीच प्रिय नाही.''

''ते कारण नव्हतंच. होतं ते कारण, एमी?'' हॅमिशने विचारलं.

''नव्हतं,'' ती जड आवाजात म्हणाली. आपल्या हातांची बोटं ताठ करत, ती बोटांकडे निरखून पाहू लागली. ''तिने माझ्या खासगी आयुष्यात ढवळाढवळ करण्याचा प्रयत्न केला. बस, इतकंच. कुणी माझ्या आयुष्यात नाक खुपसलेलं मी सहन करू शकत नाही.''

अँडरसन व मॅक्नॅब तिच्याजवळ येऊन उभे राहत असताना आपल्या नवऱ्याकडे पाहत ती अर्धवट हसली. बहुदा ती दिलगिरी व्यक्त करत असावी.

हॅमिश बंदरावरच्या एका पडक्या भिंतीला टेकून बसला होता. त्याची नजर पाण्यावर खिळली होती. त्याला प्रचंड थकवा जाणवत होता. एमीला ओढत,

पोलिसांच्या गाडीत बसवले जात असताना तिथे हजर राहणं त्याला नकोसं वाटलं होतं. एमीला आता स्ट्रॅथबेन येथील स्त्रियांच्या तुरुंगात डांबलं जाणार होतं.

तो बराच वेळ तिथे तसाच बसून राहिला. येणाऱ्या-जाणाऱ्या मोटारींचे आवाज त्याच्या कानावर पडत राहिले. अचानक त्याच्या पाठीमागून ब्लेअरचा आवाज आला. "इन्स्पेक्टर, तुझ्या हातून फारच कमालीचं काम झालंय. मला वाटतं, तुझ्या मेंदूचा भुगा होऊन गेला असणार. मॅक्नॅब, अँडरसन व माझी बाकीची माणसं तिला स्ट्रॅथबेनला घेऊन गेली आहेत. मीही थोड्याच वेळात निघेन. माझे वरिष्ठ ही बातमी ऐकून चाट पडतील. एका गावठी पोलिसाने इतकी मोठी केस पकडली यावर त्यांचा विश्वास बसणार नाही."

"छे, छे," हॅमिश त्याची समजूत काढत म्हणाला. "तूच तर मला तो मार्ग दाखवलास. श्रेय घेण्याची माझी बिलकूल इच्छा नाही."

"तू त्या भुरट्या चोराची साक्ष मोठ्या शिताफीने शेवटपर्यंत दडवून ठेवलीस. अखेर तीच युक्ती सफल ठरली."

"मी तो फक्त बनाव केला होता." सिगरेट पेटवत हॅमिश म्हणाला. "तो माझा केवळ अंदाज होता."

"काय, सांगतोस काय?"

"हो. मी धोका पत्करला. माफिया क्लबमधल्या एका तरुण कॅबरे नर्तिकेचं एमी असं नाव होतं एवढंच मला एर्ची म्हणाला होता. तीच ही व्यक्ती असू शकेल याची त्याला अजिबात म्हणजे बिलकूल खात्री नव्हती. मी तो धोका स्वीकारायचा निर्णय घेतला."

"पण जर ते सिद्ध झालं नसतं, तर?"

"काय झालं असतं? तू मला नोकरीवरून काढून टाकलं असतंस. नाहीतरी तुझ्या मनात तेच होतं. आता असं बघ की, एमी ही एकेकाळी वेश्यासुद्धा होती. एमी कायम अस्वस्थ असायची हे मी हेरून ठेवलं होतं. वेश्या या नेहमीच अस्वस्थ असतात व त्या आयुष्यभर तशाच राहतात. प्रतिष्ठित स्त्री म्हणून वावरायचा आव आणून त्यांनी आपला इतिहास कितीही झाकण्याचा प्रयत्न केला तरी त्यांची नजर कायम सावध व शोधकच राहते."

"तुला त्या जमातीचा फारच अनुभव दिसतोय." ब्लेअर उपहासाने म्हणाला.

हॅमिश लाजला. "नाही, नाही. पण माझ्याकडे ॲबर्डिनमधील जेस्सीचं उदाहरण होतं. तिनं अशाच एका खासदाराशी लग्न केलं होतं... त्या रात्री जेवणाच्या वेळी एमीचं वागणं मला विचित्र वाटलं होतं. एखाद्याचा ग्लास रिकामा झाला की, त्या माणसाला न विचारता किंवा वेटरची वाट न पाहता ती चटकन तो ग्लास भरून टाकत होती."

"म्हाताऱ्या मार्विनला मात्र जबरदस्त धक्का बसलेला असणार.''

"असणारंच. तुला आणखी एक गोष्ट सांगतो. एमीची मनगटं बघूनच प्रथम मला संशय आला होता. स्त्रियांची मनगटं इतकी मजबूत नसतात, पण तिच्या पापण्यांवरून ती खरी पकडली गेली.''

"पापण्या?''

"तिच्या पापण्या, कडेला ताणल्या गेलेल्या आहेत. गुन्हेगारी प्रवृत्तीच्या स्त्रियांच्या पापण्या तशा असतात असं माझं स्वत:चं निरीक्षण आहे.''

"मिस्टर रॉथ तिच्याबरोबर गेलाय. तो तिच्यासाठी बडा वकील नेमणार आहे.''

"प्रेम ही आंधळी गोष्ट असते.'' हॅमिश खंतावून म्हणाला.

"मला वाटतं, तू नशिबवान ठरलास,'' ब्लेअर आढ्यतेने म्हणाला. "पण तू या केसचं श्रेय घेणार नाहीस यावर माझा विश्वास बसत नाही.''

हॅमिश वळला व भिंतीला टेकून उभा राहिला. "तुझा विश्वास बसायला काहीच हरकत नाही. लॉकडू सोडून जायची माझी जराही इच्छा नाही. पण तू तुझ्या अहवालात माझ्या मेहनती वृत्तीची थोडी तारीफ केलीस, तर जरा बरे होईल.'

ब्लेअर हळुवार हसला व त्याने हॅमिशच्या पाठीवर शाबासकीची थाप मारली.

"हॅमिश, मला वाटतं, थोडंसं मद्यसेवन करण्याइतका आपल्यापाशी नक्कीच वेळ आहे,'' तो म्हणाला. "चल, आपण बारमध्ये जाऊ या.''

त्यानंतर...

रविवार सकाळ. मार्विन व एमी सोडून इतर सर्व नाष्ट्यासाठी जमले होते व त्यांचा हास्यविनोद सुरू होता. सर्वांच्याच मनावरचा ताण हलका झाला होता व घरी जायला मिळणार या आनंदात ते होते. हॉटेलच्या बाहेर पत्रकार व छायाचित्रकार ठाण मांडून बसले होते. पण त्यांची दखल न घेता ते गाडीतून पसार होणार होते. मेजर मुलाखत देण्यासाठी आधीच बाहेर गेलाय ही गोष्ट फक्त जॉन कार्टराइटलाच ठाऊक होती. मेजर भलताच उत्साहात होता. इतका की, गावच्या इन्स्पेक्टरने खुनी शोधून काढला ही गोष्टही त्याने उघड करून टाकली, पण आपली चूक लक्षात येताच, पोलिसांचीही खूप मदत झाली असे सांगत त्याने स्वत:ला सावरून घेतले.

जॉनने एक सुस्कारा सोडला. नवीन वर्गाचे विद्यार्थी संध्याकाळपर्यंत हॉटेलात दाखल होणार होते. एकानेही येणं रद्द केलं नव्हतं. सर्वांना सुरक्षिततेची खात्री दिसत होती.

जेरेमीकडे बघून एलिस प्रसन्न हसली. काल रात्री तो तिच्या खोलीत आला नव्हता. आपण अजून त्या धक्क्यातून सावरलेलो नाही अशी सबब त्याने तिला सांगितली होती. त्याने दिलेली अंगठी आता तिने बोटात सरकवली होती.

"चल, पुन्हा भेटू या." मेजर सर्वांना उद्देशून म्हणाला. "मी निघालो."

"मीही माझं सामान घेऊन येतो." जेरेमी म्हणाला.

"मी माझी सुटकेस इथेच ठेवलीय. तू येईपर्यंत मी कॉफी पीत तुझी वाट पाहते," एलिसचा चेहरा आनंदाने फुलला होता. जेरेमीने जाता-जाता तिच्या खांद्यांना अर्धवट स्पर्श केला.

"माझीसुद्धा बॅग घेऊन ये," डॅफने सुस्तपणे म्हणाली. "आणि मी पकडलेला मासाही फ्रिजमधून खाली आण. गाडीत तो मावला म्हणजे माझं मन शांत होईल."

कार्टराइट पतिपत्नींनी सर्वांचा निरोप घेतला व ते नव्या वर्गाची तयारी करण्यासाठी निघून गेले.

एलिस एकटीच बसून राहिली. दिवस फारच आल्हाददायक होता. सरोवराच्या

पाण्यावर पडलेलं सूर्याचं प्रतिबिंब पाहत ती चवीने कॉफीचे घुटके घेत राहिली. हनिमूनसाठी जेरेमी व ती पुन्हा इथेच आल्याचं स्वप्न ती रंगवत होती.

अचानक ती ताठरली. मासा गाडीत ठेवण्यासंबंधी डॅफने काहीतरी म्हणाली होती. कुणाची गाडी? जेरेमीच्या गाडीत तर फक्त दोघांपुरतीच जागा होती.

तिने काउंटरवर जाऊन आपली सुटकेस ताब्यात घेतली व ती हॉटेलच्या आवारात धावली. गाडीमध्ये तो प्रचंड मासा ठेवण्याचा प्रयत्न करत, जेरेमी व डॅफनेची मजामस्करी सुरू होती.

"जेरेमी," एलिस जिवाच्या आकांताने ओरडली. "मला वाटलं होतं की, आपण दोघं एकत्र चाललोय."

तो तिच्यापाशी आला. "नाही. मला डॅफनेलाच बरोबर न्यायला हवं. तिला घेऊनच मी इथे आलो होतो ना?"

"पण आपलं तर आता लग्न ठरलंय. बघ, तू दिलेली अंगठी मी बोटात घातलीय."

"ती फक्त एक भेट होती." जेरेमी सारवासारव करत म्हणाला. "म्हणजे मला म्हणायचंय की, माझ्याशी लग्न कर असं मी तुला कधीच म्हटलं नव्हतं. होतं म्हटलं कधी?"

"मी तुला सर्वस्व दिलं," एलिस हुंदके देत म्हणाली. "मी कदाचित गरोदरसुद्धा असू शकेन?" तिने जेरेमीच्या गळ्याभोवती हात टाकले.

"तुझ्याशी बोलण्याला काही अर्थ नाही." तो म्हणाला. त्याने झटकन स्वत:ला सोडवून घेतले व तो गाडीच्या दिशेने पळाला. डॅफने आधीच गाडीत जाऊन बसली होती.

जेरेमी उडी मारून गाडीत बसला. एलिस मागून धावत आली. त्याने झटकन दरवाजा लावून घेतला. गाडी सुरू झाली व भरधाव निघून गेली.

पत्रकार व हॉटेलातले नोकर आपल्याकडे कुतूहलाने पाहात आहेत हे एलिसला जाणवले.

तिने सूटकेस उचलली व आपला अपमान लपवत ती हॉटेलात परतली.

दुपारभर मासे पकडल्यानंतर हॅमिश व चार्ली होडी वल्हवत लॉकडूच्या किनाऱ्याजवळ येत होते. त्यांनी चार बांगडे व दोन कॉड्स पकडले होते. चार्ली आता पूर्वीसारखा चिडलेला व वैतागलेला दिसत नव्हता. लहान मुलाचा स्वप्नाळूपणा त्याच्या डोळ्यात दिसू लागला होता.

"मिस्टर जॉन्सन तुझी वाट बघतोय." तो म्हणाला.

मागच्या खेपेस ब्लेअर तिथेच आपली वाट पाहत उभा होता याची हॅमिशला

चटकन आठवण झाली.

"अरे, तू आहेस कुठे?" हॅमिशने किनाऱ्यावर पाऊल ठेवताच, जॉन्सनने विचारलं. "इथे माझं डोकं फिरायची वेळ आलीय. ती मुलगी, एलिस विल्सन. तिने मिस्टर ब्लिथबरोबर मोठा तमाशा केला व आता ती गायब झालीये. तिची सुटकेस अजून काउंटरवरच पडून आहे आणि तिने आजच्या रात्रीसाठी खोलीचे भाडेही भरलेलं नाही. माझी माणसं तिला शोधायला बाहेर पडलीयेत."

"तू आता घरी जा," हॅमिश चार्लीला म्हणाला. "मिस्टर जॉन्सन, तू काही काळजी करू नकोस. मी तिला शोधून काढतो."

हॅमिशची गाडी घाट ओलांडून लॉकडूच्या हद्दीबाहेर पोहोचली होती. "ही मुलगी कुठे गेली असेल?" हॅमिश विचार करत होता. "थकवा येईपर्यंत ती नुसती चालत राहिलेली असणार."

लॉकडूपासून दहा मैलावर त्याच्या चाणाक्ष नजरेला, एका काळ्या खडकावर बसलेली काळी आकृती दिसली. त्याने गाडी एका वळणावर उभी केली व तो उलटा चालत त्या खडकापाशी आला. त्याने आपल्या पावलांचा आवाज होऊ दिला नाही.

एलिस खडकावर बसली होती. ती रडत नव्हती. सबंध दिवस रडल्याने आता तेही त्राण तिच्यात उरलं नव्हतं. मधूनमधून ती हुंदके देत होती.

हॅमिश तिच्या बाजूला बसला. "ज्याला आपण नको आहोत अशा माणसासाठी फक्त एखादा मूर्खच रडू शकतो."

"तू का इथे आलास?" नजर उचलत एलिस ओरडली. रडून-रडून तिचे डोळे सुजून गेले होते.

"पण आता मी इथून हलणारसुद्धा नाही. तू माझ्याबरोबर येणार आहेस. आज तू सर्वांनाच खूप त्रास दिलायस. आणि तेही ज्याच्यावर तुझं जरासुद्धा प्रेम नाही अशा माणसाकरता."

"माझं त्याच्यावर प्रेम आहे." एलिस कळवळून म्हणाली.

"अजिबात नाही. तू त्याच्याबरोबर झोपलीस. होय ना? वाटलंच मला. मग आता त्याच्यावर प्रेम करत असल्याचं नाटक तुला करायलाच हवं. तुझं मन दुखावलेलं नाही, तुझा अभिमान दुखावला गेलाय. काल तुझ्या डोळ्यादेखत एका स्त्रीला खून केल्याबद्दल अटक केली गेली. तीसुद्धा अशीच खोट्या प्रतिष्ठेपायी आंधळी झाली होती आणि आता तू त्या जेरेमीसारख्या भंपक माणसाच्या नादाला लागून पागल झालीयेस. तुला समोरच्या तळ्यात उडी मारायचीय व त्यासाठी लागणारं धैर्य तू गोळा करू पाहतेयंस."

"मी नव्हते... मरणार... मी. नाही मरणार."

"हे बघ तो एक लफंगा माणूस आहे हे मी तुला कधीपासून सांगण्याचा प्रयत्न करतोय. डॅफने श्रीमंत आहे हे समजताच तो तिच्या गळ्यात पडला. तीही त्याच्याशी लग्न करेल. अशा माणसांना हवं ते मिळतंही, पण त्या नात्याला काय अर्थ असतो? जिवंत असूनही ते नातं मेल्यातच जमा असतं. एलिस, तू फक्त स्वतः रंगवलेल्या स्वप्नात मश्गूल झाली होतीस. तुला जेरेमी नको होता, तुला तुझं स्वप्न हवं होतं. जरा प्रामाणिकपणे विचार कर आणि ते स्वप्न आता संपून गेलंय हे स्वतःशीच कबूल कर.''

"मला जर दिवस गेलेले असले तर?''

"असेल तर त्याला धैर्याने सामोरी जा. तुला ते कधी समजेल?''

"मला वाटतं, पुढच्याच आठवड्यात.''

"सारंकाही ठीक होईल. चल माझ्याबरोबर, आपण बारमध्ये जाऊ या. किती तरुण व सुंदर मुलगी आहेस तू.''

"मी... मी सुंदर आहे?''

"प्रश्नच नाही.'' हॅमिश धादांत खोटं बोलला. "तुला पहिल्यांदाच पाहिलं आणि मनात विचार आला, भलतीच गोड मुलगी आहे.''

त्याने तिला खाली उतरवलं व तिच्या खांद्यावर हलका हात ठेवला. दोघंही संथ पावलं टाकत चालू लागली.

"किती सुरेख संध्याकाळ आहे, पण आपण जिवंतच राहिलो नाही तर या संध्याकाळचा आपल्याला आनंद कसा लुटता येणार?'' हॅमिश म्हणाला. "बघ, विचार कर.''

अंधार पडू लागला होता. त्या अर्धवट अंधारात, गावातील घरांतले दिवे लुकलुकत होते. संधिप्रकाशाला, वृक्षांचा व फुलांचा सुगंध येत होता. लांबड्या शेपटीचा एक सुंदर पक्षी जांभळ्या फुलांभोवती गिरकी घेत होता. मच्छिमारांनी आपल्या होड्या पाण्यात सोडल्या होत्या.

हॅमिशला समोरून एक भरधाव गाडी येताना दिसली. त्याने एलिसला रस्त्याजवळ ओढले. तुकतुकीत काळ्या रंगाची एक रोल्स रॉइस गाडी वेग कमी करत त्याच्याजवळ आली. प्रिसिला हालबर्टन-स्मिथ गाडीत बसलेली होती. तिने पांढऱ्या शुभ्र रंगाचा ड्रेस घातला होता व तिच्या छातीवर सोन्याचा नेकलेस रुळत होता. जॉन हॅरिंग्टन गाडी चालवत होता. प्रिसिलाने हॅमिशकडे एक ओझरता कटाक्ष टाकला. हॅमिशचा हात एलिसच्या खांद्यावर अलगद विसावलेला होता. प्रिसिलाने खांदे उडवले व ती जॉनच्या कानात काहीतरी कुजबुजली. त्यावर एलिस व हॅमिशकडे पाहत, जॉन मोठ्याने हसला. गाडी निघून गेली.

एलिसने मोकळ्या हवेत एक दीर्घ श्वास घेतला. तिच्या मनावरचा ताण निघून गेला होता. तिला हॅमिशच्या हाताचा आधार हवाहवासा वाटत होता. तिने त्याच्याकडे चोरून पाहिले. दिसायला तो तितकासा वाईट नव्हता. त्याच्या भुवया थोड्या लांबट होत्या, पण त्याच्या केसांचा लाल रंग फारच लुभावणारा होता. ''मला तुझं म्हणणं पटलं,'' एलिस म्हणाली. ''ज्याला आपण नको आहोत अशा माणसासाठी फक्त एखादा मूर्खच रडू शकतो.''

दूरवर जाणाऱ्या त्या रोल्स रॉइसचे मंद दिवे हॅमिश एकटक पाहत होता. 'मी असं म्हटलं होतं?' त्याने विचारलं, आणि त्यानंतर तो स्वत:शीच जे पुटपुटला ते एलिसलाही ऐकू जाणं शक्य नव्हतं. ''मी जर तसं म्हटलं असेन तर माझ्यासारखा मूर्ख जगात कुणीही नसेल.''

त्याने एलिसला गाडीत बसवलं, पण तो गाडी सुरू न करता काही क्षण शून्यात पाहत राहिला.

''मिस्टर मॅक्बेथ, FEB – एफईबी या शब्दांबद्दल माझ्या मनात खूपच कुतूहल आहे.'' एलिस म्हणाली. ''त्याचा काय अर्थ आहे?''

हॅमिशने गाडी सुरू केली. ''Fucking English Bastard — फकिंग इंग्लिश बास्टर्ड! (इंग्लिश लोकांना घातलेली शिवी)'' तो म्हणाला. लॉकडूच्या दिशेने गाडी सुसाट जाऊ लागली.

❖

हॅमिश मॅक्बेथच्या चित्तवेधक रहस्यकथा

डेथ
ऑफ
अ
परफेक्ट
वाईफ

लेखक
एम. सी. बीटन

अनुवाद
दीपक कुळकर्णी

पॉल व ट्रिक्सी थॉमस ह्या जोडप्याबद्दल लॉचडभवासियांचं सुरुवातीपासूनच प्रतिकूल मत आहे. कारण ते ब्रिटिश आहेत व बेरोजगारही आहेत पण आक्रमक स्वभावाची ट्रिक्सी लोकांच्या नाराजीची मुळीच पर्वा करत नाही. उलट अल्पावधीतच तिच्या व्यक्तिमत्त्वाचा प्रभाव सर्वांवर पडू लागतो. विशेषत: गावातल्या स्त्रियांवर. धूम्रपानविरोधी मोहीम, शाकाहारी अन्नाचा पुरस्कार व पक्षीप्रेमी मंडळाची स्थापना अशा विविध नाविन्यपूर्ण योजना राबवून ती गावातल्या स्त्रियांना वश करून घेते. शिवाय गावातल्या लोकांशी गोड गोड बोलून व त्यांच्या अज्ञानाचा फायदा उठवून ती त्यांच्या घरात पिढ्यान्पिढ्या असलेल्या दुर्मिळ व किंमती वस्तू फुकटात आपल्या पदरात पाडून घेते. साहजिकच, जेव्हा तिचा खून होतो तेव्हा कुणालाच फारसं दु:ख होत नाही. खरं सांगायचं तर, अनेकजण मनातून सुखावतात. पण स्वत:च्या कामाशी एकनिष्ठ व प्रामाणिक असणारा हॅमिश मात्र तपास सुरू करतो. खुनामागचा हेतू स्पष्ट झाल्यावर, खुनी इसम आपोआप हाती येणार हे त्याला ठाऊक असतं.

www.ingramcontent.com/pod-product-compliance
Lightning Source LLC
LaVergne TN
LVHW090054240825
819405LV00022B/108
* 9 7 8 9 3 8 6 8 8 8 3 4 1 *